கோழையின் பாடல்கள்

கோழையின் பாடல்கள்
பெருமாள்முருகன் (பி. 1966)

படைப்புத் துறைகளில் இயங்கிவருபவர். அகராதியியல், பதிப்பியல், மூலபாடவியல் ஆகிய கல்விப்புலத் துறைகளிலும் ஈடுபாடுள்ளவர்.

2023ஆம் ஆண்டுக்கான 'பன்னாட்டுப் புக்கர் விருது' நெடும்பட்டியலில் 'பூக்குழி' நாவலின் ஆங்கில மொழிபெயர்ப்பு 'Pyre' இடம்பெற்றது. இவரது 'ஆளண்டாப் பட்சி' நாவலின் ஆங்கில மொழிபெயர்ப்பான 'Fire Bird' நூலுக்கு 2023ஆம் ஆண்டு ஜேசிபி இலக்கியப் பரிசு வழங்கப்பட்டது.

பெருமாள்முருகனின் பிற நூல்கள்
(காலச்சுவடு வெளியீடு)

நாவல்
- கழிமுகம்
- பூனாச்சி அல்லது ஒரு வெள்ளாட்டின் கதை
- மாதொரு பாகன்
- ஆலவாயன்
- அர்த்தநாரி
- பூக்குழி
- கங்கணம்
- ஆளண்டாப் பட்சி
- ஏறுவெயில்
- நிழல் முற்றம்
- கூளமாதாரி
- நெடுநேரம்

சிறுகதை
- வேல்!
- மாயம்
- பெருமாள்முருகன் சிறுகதைகள் (1988 - 2015)

கவிதைகள்
- மயானத்தில் நிற்கும் மரம்

கட்டுரைகள்
- தோன்றாத் துணை
- துயரமும் துயர நிமித்தமும்
- பதிப்புகள் மறுபதிப்புகள்
- கெட்ட வார்த்தை பேசுவோம்
- நிழல்முற்றத்து நினைவுகள்
- நிலமும் நிழலும்
- கரித்தாள் தெரியவில்லையா தம்பீ...
  (பல்வேறு அனுபவங்களைப் பேசும் கட்டுரைகள்)
- வான்குருவியின் கூடு (தனிப்பாடல் அனுபவங்கள்)
- ஆர். ஷண்முகசுந்தரத்தின் படைப்பாளுமை

பதிப்புகள்
- சாதியும் நானும் (அனுபவக் கட்டுரைகள்)
- பறவைகளும் வேடந்தாங்கலும் — மா. கிருஷ்ணன்

தொகுத்தவை
- கூடுசாலை — சி.சு. செல்லப்பா (கிளாசிக் சிறுகதைகள்)
- தீட்டுத்துணி — சி.என். அண்ணாத்துரை (தேர்ந்தெடுத்த சிறுகதைகள்)
- கு.ப.ரா. சிறுகதைகள் (முழுத் தொகுப்பு)
- உ.வே.சா. பன்முக ஆளுமையின் பேருருவம் (கட்டுரைகள்)

பெருமாள்முருகன்

கோழையின் பாடல்கள்

காலச்சுவடு பதிப்பகம்

அன்பார்ந்த வாசகருக்கு,

வணக்கம்.

காலச்சுவடு நூலை வாங்கியமைக்கு நன்றி.

நூலின் உள்ளடக்கம், உருவாக்கம், அட்டைப்படம் இன்ன பிற அம்சங்கள் பற்றிய உங்கள் கருத்துகளையும் ஆலோசனைகளையும் காலச்சுவடு வரவேற்கிறது. தகவல், எழுத்து, வாக்கியப் பிழைகள் தென்பட்டால் கட்டாயம் தெரிவித்து உதவுங்கள். நூல் தயாரிப்பில் கடும் குறைபாடு இருப்பின் மாற்றுப் பிரதி உங்களுக்குக் கிடைக்கக் காலச்சுவடு ஏற்பாடு செய்யும்.

மின்னஞ்சல்: publisher@kalachuvadu.com

காலச்சுவடு நாகர்கோவில் அலுவலகத்திற்குக் கடிதம் அனுப்பலாம்.

தங்கள்
எஸ்.ஆர். சுந்தரம் (கண்ணன்)
பதிப்பாளர் — நிர்வாக இயக்குநர்

கோழையின் பாடல்கள் ♦ கவிதைகள் ♦ ஆசிரியர்: பெருமாள்முருகன் ♦ © பெருமாள்முருகன் ♦ முதல் பதிப்பு: ஆகஸ்ட் 2016, மூன்றாம் பதிப்பு: ஜனவரி 2024 ♦ வெளியீடு: காலச்சுவடு பப்ளிகேஷன்ஸ் (பி) லிட்., 669, கே.பி. சாலை, நாகர்கோவில் 629001

koozaiyin paaTalkaL ♦ Poems ♦ Author: PerumalMurugan ♦ ©Perumalmurugan ♦ Language: Tamil ♦ First Edition: August 2016, Third Edition: January 2024 ♦ Size: Demy 1 x 8 ❖ Paper: 18.6 kg maplitho ❖ Pages: 248

Published by Kalachuvadu Publications Pvt. Ltd., 669, K.P. Road, Nagercoil 629001, India ♦ Phone: 91-4652-278525 ♦ e-mail: publications @kalachuvadu.com ♦ Printed at Clicto Print, Jaleel Towers, 42KB Dasam Road, Teynampet Chennai 600018

ISBN: 978-93-5244-054-2

01/2024/S.No. 584, kcp 5041, 18.6 (3) uss

கடுநாளில்
எனை மீட்கத்
துணைநின்ற
அனைவருக்கும்

பொருளடக்கம்

முன்னுரை
எல்லாப்புறமும் நீர்க்கசிவு 17
ஆயிரமாயிரம் 21
பேரோடை 22
தரிசனம் 23
விநோத மிருகம் 24
தொந்தரவின் துளி 25
தகனச் செய்தி 26
நாட்களின் பெயர்கள் 27
பெயர்ச்சொற்களற்ற மொழி 28
ஒரு கவிதை கொண்டு 29
தொட்டாற்சிணுங்கி 30
சரணாகதி 31
வாடகை வீடு 32
சொந்த வீடு 33
புதிய வீடு 34
எலிதான் 35
காக்கைக் குஞ்சு 36
தெய்வ மொழி 37
கண்காட்சிப் பொருள் 38
கையுள்ளோர் 39
தலையற்ற மனிதர்கள் 40
பாக்கியம் 41

நத்தை ஓடுகள்	42
பழைய ஞாபகம்	43
கோழைத்தனம்	44
பிசாசு என்றே எனக்குத் தெரியாது	45
மின்னெருப்பு	46
வடிகட்டி	47
எல்லாம் போதும்	48
ஒலிக்குறிப்பு	49
கோழையின் பாடல்	50
இதில்தான்	52
தீராக் கிடங்கு	52
சுவடுகள்	53
மண்வெட்டி	54
ஆக்கிரமிப்பு	55
அற்பச் சிறுவண்டு	56
ஆக்கும் பெருநடனம்	58
நத்தைகள்	59
பல்லாங்குழி	60
சர்வாங்கச் சவரம்	61
சிலந்தியின் இலக்கு	62
முகம் காட்டு	64
காவல்	66
வருகை	66
அவர்கள் உழைக்கிறார்கள்	67
நாகரிகவான்	68
அழிரப்பர்	69
இதை என்ன செய்யலாம்	70
ஒழுக்கம்தான் முக்கியம்	71
அற்பப் புற்கள்	72
ஆம் அது	73
பழைய கணக்குகள்	74
இன்றுமுதல்	76

இறுதித் தலை	77
அது சொல்லும்	78
கடல் அமைதி	79
கசாப்புக்காரன்	80
மூச்சுப் பயிற்சி	82
ஊளையொலி	84
பேசாமல் வா	86
எதுவுமே கற்றுக்கொள்ளவில்லை	88
கவிப்பொருள்	90
வானம்	91
ஒரே பதில்	92
யோக்கியம்	93
எளிய காரியம்	94
கசப்பு	95
அடையாளம்	96
இங்கே	97
வெள்ளைக் காக்கை	98
உங்கள் ஆள்தான்	100
பாவாயி	101
கொலைக்கூடம்	102
எத்தனை எத்தனை	104
மேகம் அருவி	105
வேறுவழி	105
ஒரே ஒரு நாள்	106
தெளிவு	106
போர்	107
மகான்கள்	107
கயிறுறுந்த ஜீவன்	108
அவரவர்	109
கார்காலமும் பிடித்திருக்கிறது	110
என்ன செய்ய முடியும்	112
ஒரே ஒரு கோரிக்கை வைக்கலாமா?	114

யாசகம்	115
எல்லாம் அறியச் செய்தாய்	116
ஆகுதல்	117
குறி பார்த்தல்	118
வன போஜனம் 1	119
வன போஜனம் 2	120
வன போஜனம் 3	121
வன போஜனம் 4	123
வன போஜனம் 5	124
கனவில்	125
முடிவு	126
நான் பேசவில்லை	127
கண்டுபிடிப்புகள்	128
அவசரமில்லை	130
இது அவர்களின் காலம்	130
விரட்டாதீர்கள்	131
பன்றிகளைப் பற்றி எனக்கும் தெரியும்	132
முகமற்றவர்கள்	134
புதிய கதவுகள்	136
புதுமொழி	136
நிறைவான மரணம்	137
கேள்வி பதில்	138
எல்லாவற்றிலும்	139
ஒற்றை விறகு	140
வெறும்தாள்	142
துணை	143
விசித்திரங்கள்	144
ஒருசேர	147
உருமாற்றம்	148
பிரார்த்தனை	149
சொல்	150
இருமுறை மும்முறை	151

பூங்குயில்கள்	152
நாட்காட்டி	153
பெருங்குழந்தை	154
உன் அறை	155
வந்த வழி	156
மகுடம்	157
பிரிவின் கரையில்	158
கோப்பைகள்	159
மூக்கைப் பொத்துதல்	160
அனைவருக்கும்	161
உள்ளே இல்லையா?	162
அறுந்த கால்	163
மனத்தை எழுப்புதல்	164
தெம்பில்லை	165
தாளவில்லை	166
விதியே	166
எந்த விரல்	167
காலமே	168
இனி	168
அழுகல்	168
போதல்	169
போனவர்கள்	169
அந்தி	170
எனது நாள்	171
இருள்	171
தாகம்	172
காட்சி	173
அன்றாடம்	174
சொந்த மண் 1	176
சொந்த மண் 2	177
சொந்த ஊர்	178
கூட்டம்	179

வீட்டுள்	180
கொதி	181
கோழையின் பயம்	182
திரும்பிப் பார்த்தல்	184
அற்பப் புழு	186
ஒற்றைச் சொல்	187
சிறுபிசிறு	188
மலர் விரிப்பு	189
என் மொழி	190
கல்லெனக் கனக்கும் தலை	191
புகார்களின் நெரிசல்	192
ஆசுவாசம்	193
கொஞ்சமே கொஞ்சம்	194
இதுதான் உங்கள் பிரச்சினை	196
சக இருக்கைக்காரர்	197
ஐம்பது வருடச் சொந்தம்	198
வந்தாரை வாழ வைக்கும் ஊர்	199
சர்வரோக நிவாரணி	200
சரியான வழி	201
பெருந்தன்மை	202
அம்மையீர் ஐயன்மீர்	203
அந்தர நாக்குகள்	204
பளிச்சென விடியும்	206
கொஞ்சம் பழைய நாட்டுக்கோழி	207
மழை பெய்கிறது	208
கண்ணீரைச் சந்தித்தல்	209
பெரும்பசி கொண்ட திருவோடு	210
இப்போது திருப்தியா?	211
அவனறிந்த ரகசியங்கள்	212
இறந்தவனைப் பற்றி	213
இறந்தவன் பேசுகிறான்	214
மாய விரல்	215

இருந்துகொள்	216
இங்கே நான்	217
எனக்குப் பிடிக்காத நாய்கள்	218
பன்றியே பன்றியே	219
வெறும் கைகள்	220
இரண்டு தப்படி	220
வெட்ட வெளி	221
தடித்தோல் எருமை	222
கால் வலி	223
சாபம்	224
என் குரல்	225
எதற்காக இதையெல்லாம் செய்கிறீர்கள்	226
இருப்பவை போதும்	228
யாரும் இல்லை	229
இதுவே போதும்	230
உன்னோடு எனக்கு	231
அழைப்பு	232
வேறொன்றுமில்லை	233
மேய்ப்பன்	234
குட்டிகள்	235
போட்டி	236
இரக்கம் இன்னும் வாழ்கிறது	237
வாய்த்தல்	238
போர்க்களம்	239
ஒருமுறை மறுமுறை	240
பூ	240
பழகிய நாய்	241
எதை இழந்தேன் நான்	242
தீர்ப்பு நாள்	243
தலைப்பகராதி	245

முன்னுரை

எல்லாப்புறமும் நீர்க்கசிவு

எனக்கு மேட்டாங்காட்டு வேளாண்மை தெரியும். ஆடு மாடுகள் மேய்க்கவும் தெரியும். சோடாக்கடை நடத்துவதில் ஓரளவு அனுபவம் உண்டு. கொஞ்சம் பத்திரிகை வேலையும் செய்திருக்கிறேன். இருபது ஆண்டுகளாக முழுநேர ஆசிரியனாகப் பணியாற்றி வருகிறேன். எனினும் எனக்குத் தொழில் எழுத்துத்தான். எழுத்தை எனக்குரியதாக மிகச் சிறுவயதிலேயே கண்டடைந்தேன். என்னோடு என்னைப் பகிர்ந்துகொள்ளும் துணையாக அது அமைந்திருக்கிறது. என்னிடமிருந்து விலகி நின்று என்னைப் பார்க்க உதவியிருக்கிறது. எழுத்தின் வழியாக முன்னோக்கியும் பின்னோக்கியும் செல்லும் ஆனந்தம் கிடைத்திருக்கிறது. வேனிற்காலக் குயில்போல இரவும்பகலும் என மாறிமாறி நிகழ்காலத்தோடு குரல் இயைக்க முடிந்திருக்கிறது. எழுத்தில் தொழிற்படாமல் ஒருபோதும் இருந்ததில்லை.

சில காலம் என் உலகியல் வாழ்க்கை நிர்ப்பந்தங்கள் காரணமாக எழுதாமல் இருந்ததுண்டு. அப்போதும் மனதிற்குள் ஏதாவது ஓடியபடியே இருக்கும். மன ஓட்டத்தைக் கட்டுப்படுத்தும் திறன் இருக்கிறதோ இல்லையோ கட்டுப்படுத்த விருப்பம் இருந்ததில்லை. ஓடிஓடி அப்படியே ஓடிப்போனவை அனேகம். ஓடிப் போனது போல்

தோன்றி உள்புதைந்திருந்து பின்னர் எழுந்தவையும் உண்டு. எழுத்து எனக்கு ஒரு மனப்பழக்கம். அதிலும் கவிதையே என் ஆதர்சம். என் அகத்திற்குக் கவிதை நெருக்கம். சரியோ தவறோ என் உடனடி உணர்ச்சிகளுக்கும் உணர்வுகளுக்கும் வடிகாலாகக் கவிதையைக் கொண்டிருக்கிறேன்.

எதிலிருந்தும் மீள்வதற்குக் கவிதை எனக்கு வாகனம். எந்த நெருக்கடியையும் மனதில் தோன்றும் ஒற்றைச் சொல்லின் நுனியைப் பிடித்துக்கொண்டு கடந்துவிடுவேன். என்னோடு நானே பேசிக்கொள்ளும் அந்த மனப்பழக்கம் சிலசமயம் என்னையும் அறியாமல் உதட்டசைவில் கசிந்துவிடும். அது புறச் சங்கடங்களையும் கொடுத்திருக்கிறது. தாளில் பதியாத ஒற்றைச் சொற்கள், அவை விரித்த தொடர்கள் அனேகம். அவ்விதம் உதிப்பவை அனைத்தையும் உச்சி மோந்து காப்பாற்றிக்கொள்ளும் விவரம் இல்லை என்றாலும் அந்த மனப்பழக்கம் எனக்குப் பெரும்வரம்.

வரத்தைச் சாபமென உணர்ந்த தருணம் ஒன்றில் மனப்பழக்கத்தின் குரல்வளையை நெரித்துவிட்டேன். அவ்வளவுதான், முடிந்தது, இனிச் சவக்குழியில் போட்டுப் பாலூற்றிவிட்டு அடுத்த வேலையைக் கவனிக்கலாம் என்றானேன். ஒருவேலையும் ஓடவில்லை. சவம் நடப்பதென என்னை உணர்ந்தேன். ஆனாலும் என்ன செய்ய? குரல்வளை நெரித்துக் கொன்றாகிவிட்டதே. இழப்பின் துக்கம் சில நாட்களில் தூர்ந்துவிடும் என்றே நினைத்தேன். அப்படியாகவில்லை. என் கைக்கு வலு குறைவுதான் போலும். குற்றுயிராய்க் கிடந்து பின் மண்ணைத் தூர்த்துக்கொண்டு பேரோலத்துடன் எழுந்து வந்து சேர்ந்தது என் மனப்பழக்கம். இறைக்கஇறைக்க நிறையும் ஊற்றென எல்லாப்புறமும் நீர்க்கசிவு.

இப்போது நல்ல அவகாசமும் கிடைத்த காரணத்தால் தாளில் பதிந்துகொண்டே வந்தேன். ஒருபோதும் இல்லாத அளவுக்குக் கூடுதல் பதிவுகள். கவிதை மாமருந்து; சஞ்சீவி மூலிகை. கவிதைதான் எனக்கு உயிர் கொடுத்தது.

○○○

சென்னை வாழ்க்கையின் ஒன்றரை ஆண்டுகளில் எனக்குக் கிடைத்த பெருநட்பு ஓவியர் சீனிவாசன் நடராஜன். அவர் எனக்காகவே ‘விடம்பனம்’ என்னும் நாவலை இந்தக் காலகட்டத்தில் எழுதினார். இத்தொகுப்பில் உள்ள ‘தீர்ப்பு நாள்’ எழுதப்பட்ட அடுத்த நாள் (06-07-2016) கவிஞர் ஆத்மாநாமின் நினைவுநாள். அன்றைக்கு நண்பர்கள் சிலர்

மெரினா கடற்கரையில் சந்தித்துக்கொண்டோம். அப்போது சீனிவாசனின் வேண்டுகோளுக்கிணங்க எழுதியதுதான் 'தீர்ப்பு நாளுக்குப்' பின்னான முதல் கவிதை. அது அவர் நாவலில் இடம்பெற்றுள்ளது. அவரே இந்நூலுக்கான அட்டையை வடிவமைத்தார். ஓர் எழுத்தும் அறியாத என் தந்தைக்குக் கையொப்பமிட மட்டும் சொல்லிக்கொடுத்திருந்தேன். அவர் நிழற்படம் ஒன்றுகூட என் வசம் இல்லை. ஒரே ஒரு கையொப்பம் மட்டும் என் பத்தாம் வகுப்புப் பதிவேட்டில் இருந்தது. அதைக் காணும்போதெல்லாம் என் தந்தையைக் காணும் உணர்வைப் பெறுவேன். அக்கையொப்பத்தை மறுஆக்கம் செய்து இவ்வட்டையில் அற்புதமாகப் பயன்படுத்தியுள்ளார் சீனிவாசன். அவர் படைப்பாற்றலுக்குப் பெருநன்றி.

இக்கவிதைகளை வாசித்துக் கருத்துரைத்துப் பின்னட்டைக் குறிப்பையும் எழுதியவர் கவிஞர் சுகுமாரன். அவர் எனக்கோர் உரைகல். வின்னம் படாமல் நயம்பட உரைக்கும் உரைகல். அவருக்கும் இந்நூலை வெளியிடுவதில் கூடுதல் கவனம் செலுத்திய காலச்சுவடு கண்ணனுக்கும் அன்பான நன்றிகள்.

○○○

ஒருவகையில் இது எனது முதல் நூல். ஆகவே நான் நன்றி சொல்ல வேண்டியவர்களின் பட்டியல் வெகுநீளம். நன்றியையும் கடந்த ஆழுணர்வை வெளிப்படுத்தக் காணிக்கையே நூலில் பொருத்தமான பகுதி. கடுநாளில் எனை மீட்கத் துணைநின்ற அனைவருக்கும் இந்நூலைக் காணிக்கையாக்கி நிறைவுகொள்கிறேன்.

நாமக்கல்
05 – 08 – 2016

மீண்டும்
பெருமாள்முருகன்

ஆயிரமாயிரம்

நஞ்சுண்டு செத்த
வெள்ளெலியின் உடலில் புகுகிறேன்
கனவிலிருந்து விழித்தெழுவது போல்
திடுக்கிட்டுச்
சுற்றி இருக்கும் பரந்த வெளியைப்
பயத்துடன் பார்க்கிறது

தறி கெட்டோடிப்
பெருங்கரையொன்றின் அடியில்
பதற்றத்தோடு
வளை பறித்துச் செல்கிறது

மண்ணை வெளித் தள்ளும்போதில்
காற்றும் வெளிச்சமும் படக்
கூசிச் சிலிர்த்துக்
கணத்தில் வளைக்குள் ஏகுகிறது

ஆயிரமாயிரம் வழிகள்
ஆயிரமாயிரம் அடைப்புகள்

யாராலும் கண்டறிய இயலாத
ஏதோ ஓர் அடைப்புக்குள்
இப்போது
எங்கே இருக்கிறேன் நான்?

22 — 02 — 15

●

பேரோடை

பெயரில்லா வனாந்தரம்
எல்லையில்லா வனாந்தரம்
வழிகளில்லா வனாந்தரம்

தனியாய் ஓர் ஆட்டுக்குட்டி
துள்ளலுடன்
புதுப்புது வழிகளை
உருவாக்கியபடி ஓடுகிறது

ஓட்டத்தினூடே
சட்டெனத் தோன்றும்
பேரோடையைக் கடக்க
எம்பித் தாவுகிறது

தாண்டிய பிறகு திரும்பிப் பார்த்து மலைக்கலாம்
ஆற்றல் போதாது ஓடைக்குள் விழுந்து மரிக்கலாம்

அகண்ட வாய் ஓடை
ஆட்டுக்குட்டிக்கு
நல்லதையே பரிசளிக்கட்டும்.

22 – 02 – 15

தரிசனம்

காலகாலமாய் வறண்ட என் பூமியில்
ஓர் அதிசயம் நிகழ்கிறது

ஓலம் கேட்டபோது காற்றின் ஆங்காரம்
என நினைத்திருந்தேன்
வெண்ணிறப் பாம்புப் படையென
நுரைத்து வந்த பேரலை
என்னைத் தூக்கிச் செல்கிறது

வெளி நோக்கி உயர்ந்த
அதன் நுனியில் காலூன்றி
நிற்கும் போது ஒரு கணம்
வானைத் தரிசித்தேன்

பின்
சுருட்டித் தன்னுள்
செருகிக்கொண்டது அலை.

22 — 02 — 15

விநோத மிருகம்

நான் சந்திக்கும் ஒவ்வொருவரின் பாதுகாப்பையும்
கேள்விக்குறி ஆக்கிவிடுகிறது என் இருப்பு

நான் நுழைந்ததும்
கதவுகளையும் ஜன்னல்களையும் அடைக்கிறார்கள்
என்னைக் கண்டதும்
உடனிருப்போரை வெளியேற்றுகிறார்கள்
என் சொற்களில் நழுவி
தம் கண்களை அலையவிடுகிறார்கள்
மௌனம் காக்கிறார்கள்
விரைந்தனுப்பும் ஏற்பாடுகளைச் செய்கிறார்கள்

என் வருகையை யார் யாருக்கோ தெரிவித்து
மேஜையடி செல்பேசியில் குறுஞ்செய்தி அனுப்புகிறார்கள்
என்னுடன் புகைப்படம் எடுத்துக்கொண்டு
விடைபெற்றுச் செல்கிறார்கள்
என் குரலொலியை அதிசயமாக்க முனைகிறார்கள்

எல்லார் கண்களுக்கும் தெரியும்படியான
கொம்புகளை வரைந்து
என் தலையில் பொருத்தி
விநோத மிருகமாய்
என்னை மாற்றியிருக்கிறார்கள் யாரோ.

22 – 02 – 15

தொந்தரவின் துளி

எல்லாருக்கும் என்னால் தொந்தரவு

சொல்பேச்சு கேட்கவில்லை
என்னும் ஒரே காரணத்தால்
தொந்தரவின் பெரும்பகுதியை
அனுபவித்துத் தீர்த்தவர் அம்மா

மனைவி பிள்ளைகளையும்
அலைக்கழியச் செய்கிறது என் தொந்தரவு

என் பேனா சிந்திய ஒருவரியில்
தொந்தரவுக்குள்ளானவர்கள்
செருப்பாபிஷேகம் செய்தனர்

சிலருக்கு என் தாடி தொந்தரவு
சிலருக்கு என் உடை தொந்தரவு
சிலருக்கு என் செயல் தொந்தரவு
சிலருக்கு என் வளர்ச்சி தொந்தரவு
சிலருக்கு என் பேச்சு தொந்தரவு
சிலருக்கு என் எழுத்து தொந்தரவு
சிலருக்கு என் இருப்பு தொந்தரவு

யாருக்கும் தொந்தரவு தராமல்
இப்போது
தொலைந்து போகவே விரும்புகிறேன்

எனினும்
என் தொந்தரவின் துளி
உங்கள் மீதும் தெறித்திருக்கலாம்
பொறுத்துக் கொண்டீர்கள்
உங்கள் மெய்யன்புக்கு நன்றி.

(ஷாஜகானுக்கு)

23.—02—15

தகனச் செய்தி

அன்றைக்குச் சாலையே மயானம் ஆயிற்று

வாரிசுரிமை பாராட்டிக்
கொள்ளியிட வந்த கைகளின்
விரல்கள் எல்லாம் தீக்கொழுந்துகள்
எழுத்துக்கள் தகனமாகிக் காற்றில் கலந்தன

செயல்கள் முடங்கி ஒருநாள்
காரியமும் செய்தாயிற்று

இப்போது
உங்கள் மொழியை உங்களுக்கே
நினைவுபடுத்த விரும்புகிறேன்

அழிவது உடல்
அழிவற்றது உயிர்.

23 — 02 — 15

நாட்களின் பெயர்கள்

நாட்களின் பெயர்கள்
பழமையின் சிதிலமாகிவிட்டன
மொழிக் கிடங்கிலிருந்து
புதுச்சொற்களைச் சுண்டியெடுத்துச் சூட்டலாம்

வாரம் மாதம் ஆண்டு என்னும்
எல்லாக் கணக்குகளும் காலாவதியாகிப் போகும்
நாள் என்பதும்கூட

ஒருநாளைக் குயிலின் கூவல் என்போம்
ஒருநாளைப் பனிச் சிதறல் என்போம்
ஒருநாளைக் கல்லின் இளக்கம் என்போம்
ஒருநாளை மலையுச்சி என்போம்
ஒருநாளைப் பிறைநிலவு என்போம்

ஒன்றைப் போலில்லாத ஒன்றைப் போலில்லாத
எத்தனை நாட்கள்

சில நாட்களுக்குப்
பிசாசின் கத்தல்
மூட உறுமல்
பிண வாடை
என்றெல்லாம் பெயர் கொடுத்து
எளிதில் கடப்போம்.

23 — 02 — 15

பெயர்ச்சொற்களற்ற மொழி

மொழியைத் தூய்மைப்படுத்தக் கிளம்பியவனின்
ஒட்டடைக் குச்சியில் சிக்கியவை அனைத்தும்
பெயர்ச்சொற்கள்

பெருகி வீச்சம் எடுத்திருந்த
மனிதப் பெயர்களை எல்லாம்
துடைத்தெடுத்துக்கொண்டே இருக்கிறான்
மலையெனச் சேர்கிறது குப்பை

மனிதப் பெயர்களுடன் இணைந்து
இடப்பெயர்களும் குப்பைக்குள் போகின்றன

பொருட்பெயர் காலப்பெயர்
பண்புப்பெயர் சினைப்பெயர்
இறுதியில் எதுவும் மிஞ்சவில்லை

இப்போது
அகராதி முழுக்கவும் வினைச்சொற்கள்
துள்ளிக் குதிக்கின்றன

உறைந்து நிற்கும் மொழித்தாயின்
வேண்டுகோளுக்கு இணங்க
மனிதர்
மனிதர் வாழும் இடங்கள் தவிர
பிற பெயர்களைமட்டும்
பெருந்தன்மையோடு அனுமதிக்கிறான்

கெஞ்சலின் வன்மம் தாங்காது
பதிலிடு பெயர்களையும் அனுமதித்துவிட்டு
ஒட்டடைக் குச்சியை
மூலையில் சாத்துகிறான்.

23–02–15

ஒரு கவிதை கொண்டு

அனைத்தும் கலைந்து
கூடொன்றின் சிமிர்களைப் போலச்
சிதறி விழுந்துகொண்டிருக்கும் கணத்தில்
ஒரு கவிதை கொண்டு
எல்லாவற்றையும் சரிப்படுத்திவிட முடியும்
என்று தோன்றுகிறது அவனுக்கு

அவனுக்கு முன்னால் ஏராளமாய்க்
கவிதைகள் கிடக்கின்றன
வாரிச் சுருட்டி
முடிந்தவரைக்கும் அள்ளிக்கொள்கிறான்

எதிர்ப்படும் அதிகாரியை நிறுத்தி
அவருக்குக் கவிதை சொல்கிறான்
அதிர்ச்சியில் உறைந்த அவர்
திரும்பித் திரும்பிப் பார்த்தபடி ஓடோடுகிறார்
அவருக்குப் புரிந்திருக்கும் என நினைக்கிறான்

குடும்பத்தாருக்கு உறவினர்க்கு நண்பர்களுக்கு
அவன் கவிதை சொல்கிறான்
அயலவர் புதியவர் ஆண் பெண்
குழந்தை இளையர் முதியோர்
எல்லாருக்கும்
அவன் கவிதை சொல்கிறான்

ஊர் நுழைவில் கோயில் வாசலில்
மலையடிவாரத்தில் பேருந்து நிலையத்தில்
வீதிகளில் சாலையோரங்களில்
அவன் கவிதை சொல்கிறான்

தொடர்ந்து அவனைக் கவனிக்கிறவர்கள்
பைத்தியம் என்பதாய்ச் சிரித்து நகர்கிறார்கள்
சிலர் அதிர்ச்சி அடைகிறார்கள்

இளம்பொழுதின் மலர்ச்சியாய்ச் சிலர்
கவிதைகளை உற்றுக் கேட்கிறார்கள்
அவன் நம்பிக்கை வலுப்படுகிறது.

23—02—15

தொட்டாற்சிணுங்கி

அந்த வறண்ட பூமியில்
காலம் கொண்டுவந்து போட்ட விதை
பெருமழை நாளொன்றில் உயிர் கொண்டு
தொட்டாற்சிணுங்கி முளைத்தது
அதிசயத் தாவரம் செழித்துப் படர்ந்தது

யாருக்கும் அதன் மகத்துவம் தெரியவில்லை
வெளிர்சிவப்புப் பூவொன்று பூத்ததும்
வெகுளிச் சிறுவன் ஒருவன் ஆச்சர்யமாய்ப் பார்த்தான்
பூவைப் பறிக்க எண்ணிச் சென்றவன்
விரல் நுனி பட்டதும் பதறி இலைகள் குவிந்தன
எல்லா இலைகளையும் வேகத்தோடு தொட்டான்
செத்தது போல் இலைகளைச் சுருட்டிக்கொண்டது செடி

அதிசயத்தைக் காட்ட அவன் போய்
நண்பர்களை அழைத்து வந்தான்
வருவதற்குள் இலைகள் விரிந்திருந்தன

விரல் கொண்டு மெல்லத் தொட்டான்
கூசி ஒடுங்கின இலைகள்
காலால் தொட்டான் இன்னொருவன்
கூசி ஒடுங்கின இலைகள்

செருப்பால் தொட்டான் வேறொருவன்
கூசி ஒடுங்கின இலைகள்
குச்சியால் தொட்டான் ஒருவன்
கூசி ஒடுங்கின இலைகள்

உதடுகளால் தொட்டான் ஒருவன்
கூசி ஒடுங்கின இலைகள்
இலைகள் முழுக்க ஒடுங்கின

அவர்கள் காத்திருந்தனர்
முதல் இலை பிரிபட்டதும்
ஒருவன் தன் அதிர்குரலால் தொட்டான்
கூசி ஒடுங்கிற்று இலை

அதன்பின் அவர்களுக்குக் குரல்களே போதுமானதாயிருந்தன
தொட்டாற்சிணுங்கியின் ஓரிலையும் பிரிபடவே இல்லை.

24 – 02 – 15

சரணாகதி

நான்
பூக்கொண்டு வருகிறேன்
நீங்கள்
வாளெடுத்து நிற்கிறீர்கள்

சண்டை மட்டுமல்ல
சமாதானமும் சாத்தியமில்லை
சரணாகதி
முழுச் சரணாகதியே சாத்தியம்

வெற்றியை அறிவித்துக்கொள்ளுங்கள்
கை தட்டிச் சீழ்க்கை அடியுங்கள்
ஆட்டம் போட்டுக் கொண்டாடுங்கள்

உங்கள்
கருணையும் இரக்கமும்
ஒதுக்கித் தள்ளியவன் பொருட்டல்ல

மண்ணில் பதியாத
உங்கள் காலடிகளின் கீழே
நசுங்கிச் சிதையும்
பூவைப் பார்த்துக்கொண்டிருக்கிறேன்
வெறுமனே
சற்றே விலகி நின்று.

01 — 02 — 15

வாடகை வீடு

பெரும்பாலும்
வாடகை வீட்டிலேயே வசிக்கிறோம்
அதுதான் வசதியும்கூட

யாரோ யாருக்காகவோ
எப்போதோ உருவாக்கியதில்
சட்டெனக் குடியேறிக்கொள்ளலாம்

பழமை நெடி இருப்பினும்
புதுவண்ணம் பூசிச் சமாளிக்கலாம்
தயாராய் இருக்கும் அறைகளின்
சுவர்களில் மூலைகளில் அலமாரிகளில்
அடித்த ஆணிகளில்
தேடித் தேடிப் பொருத்திக்கொண்டால் போதும்

நடமாடிய கால் தடங்களை
மூடிய தூசிப் படிவுகளைப்
பெருக்கித் தள்ளிவிடலாம்

வாடகை வீட்டில்தான் வசிக்கிறோம்
என்பதை எப்போதாவது உணர்ந்தாலும்
சிறு மனச் சுணக்கமும் காட்டாமல்
எளிதாகக் கடந்துவிடலாம்

உலகமே வாடகை வீடல்லவா.

12 — 03 — 15

சொந்த வீடு

சொந்த வீட்டை உணர்வது எப்படி?

நினைத்த இடத்தில் ஆணி அடிக்கலாம்
எப்போதாவது காலி செய்ய வேண்டும்
என்னும் எண்ணம் இல்லாமல்
பொருள்களை வாங்கிச் சேர்க்கலாம்
பொருள்களுக்கு நிரந்தர இடங்களைத் தரலாம்

விருந்தினருக்குப் பெருமையுடன் சுற்றி க் காட்டலாம்
அவர்கள் சொல்லும்
வாஸ்துக் குறைகளுக்கான சமாதானங்களைக் கூறியபடியே
மற்ற வீடுகளுக்கும் இதற்குமான வேறுபாட்டை யோசிக்கலாம்

வரவேற்பறை படுக்கையறை சமையலறை
கொஞ்சம் இடம் இருந்தால் உணவறையும் சாமியறையும்

ஆனால்
நாம் பூசியிருக்கும் வண்ணம் வித்தியாசமானது
நம் விருப்பம் சார்ந்தது.

14—03—15

●

புதிய வீடு

வீடு ஒருபோதும் புதிதாக இருப்பதில்லை
புதிது என்று அடிக்கடி சொல்லிச் சொல்லிப்
புதிதாக்குகிறோம்

திரைகளை அவ்வப்போது மாற்றுகிறோம்
சுவரில் படும் கையழுக்குகளை
நவீன மருந்துகளைப் பயன்படுத்தித் துடைக்கிறோம்

விடுமுறை நாட்களை முழுமையாக
வீட்டுக்கே செலவிடுகிறோம்

வருகிறவர்களின் சொற்கள்
புதிதாகவே இருக்கிறது
புதிது போலவே இருக்கிறது
புதிதா புதிதுதான் என்கின்றன
குதூகலிக்கிறோம்

வழுக்கையை மறைக்க
மயிரை முன்னிழுத்து மூடியும்
நரையை ஒளிக்க
விதவிதமான நிறப்பூச்சுகளைத் தடவியும்
உலவுமோர் வயோதிகனின் தந்திரங்களை
வீட்டுக்கும் பயன்படுத்துகிறோம்

வீடு ஒருபோதும் புதிதாக இருப்பதில்லை.

15—03—15

எலிதான்

நான் எலி என்பதை
அவர்கள்தான் கண்டுபிடித்தனர்

நான் எலி என்பது
எனக்குத் தெரியாது ஆகையால்
எலி பிடிக்க
அவர்கள் செய்த ஆயத்தங்களை எல்லாம்
என்னவென்று புரியாமல் பார்த்தபடி இருந்தேன்

எலி என்று என் முகத்தை அச்சிட்டு
அவர்கள் துண்டறிக்கை விநியோகித்தனர்
சுவரொட்டிகள் தயாரித்தனர்
எலியின் சாயல் எதுவும்
என் முகத்தில் தெரியவே இல்லை அப்போதும்

கிடுக்கியால் என் கழுத்தைக் கவ்வித்
தூக்கியபோது துடித்த வாலின் அசைவுணர்ந்து
என்னை எலிதான் என்றுணர்ந்தேன்

இப்போது கிடக்கிறேன்
அடித்த ஆணியுடன்
கால்களைப் பரத்தி மல்லாந்து
மேஜையில் கிடக்கிறேன்
எலிதான்
பரிசோதனை எலி.

14—03—15

காக்கைக் குஞ்சு

எங்கேயும் எனக்கிருக்கும்
திசைக்குழப்பம்
மாநகரத்தில் ஒவ்வோர் அடிக்கும்
காலெடுத்து வைக்கவே குழப்பமாயிருக்கிறது

'யாரையேனும் சிநேகமாக்கிக்கொள்' என்கிறது அசரீரி
மின்ரயில்கள் பேருந்துகள் கார்கள் இருசக்கர வாகனங்கள்
என அவரவர்பாட்டுக்குப் பயணித்துக்கொண்டேயிருக்கும்
முகங்களின் சிநேகச் சிரிப்பு
வாகனக் காத்திருப்பு நேரம் மட்டுமே

சிநேகிக்க முகம் தேடி அலைந்தலைந்து
எல்லாம் ஒதுக்கிய வெயில் பொழுதில்
காக்கைகள் கண்ணுக்குப் பட்டன

என் அலுவலகப் பழங்கதவின் உச்சியில் வந்தமர்ந்து கரையும்
தலை பெருத்துக் கழுத்தும் கறுத்த
அண்டங்காக்கை ஒன்றைத் தேர்வு செய்தேன்
நான்கைந்து நாட்களில் சிநேக லயம் பிடிபட்டது

அதன் விசிறிவாலைப் பற்றிக்கொண்டு சாலைகள் கடந்தேன்
வாகனங்களில் ஏறினேன்
பேரங்காடி முதல் வீதிக்கடை வரை நுழைந்தேன்
குப்பையைக் கிளறினேன்
சாக்கடை நதியோரம் கால் படாமல் நடந்தேன்

பெருந்தாகமாய் இருந்த பொழுதொன்றில்
காக்கை அழைத்துச் சென்றது
அடுக்கு மாடிக் கட்டிடம் ஒன்றின் உச்சியில்
சம்மணம் இட்டு அமர்ந்திருந்த
தண்ணீர்த் தொட்டியின் மேல்
நிரம்பி வழியும் நீரை வெளித் தள்ளும்
கீழ்க் குவிந்த குழாயின் மீதமர்ந்து
லாகவமாகக் குனிந்து
நீர் உறிஞ்சிக் கொடுத்தது
வாய் திறந்து ஆவலாய் வாங்கிக்கொண்டேன்
காக்கைக் குஞ்செனு.

22 – 03 – 15

●

தெய்வ மொழி

உங்கள் எல்லார் மீதும்
அறம் பாடும் அளவு கோபம் எனக்கு

கொடும்பாவி கொளுத்திய கைகள்
அதே தீயில் தீயட்டும் என்றோ
நஞ்சு தோய்த்த அம்பெனப்
பாய்ந்து வந்த சொற்கள் அனைத்தும்
அப்படியே திரும்பிக் கல் நெஞ்சங்களில்
குருதி பெருகக் காயப்படுத்தி
உயிர் போக்கட்டும் என்றோ

சீலங்களின் காவலர்களே
திரை விலகி எல்லா ரகசியங்களும்
அம்பலமாகட்டும் என்றோ
உங்கள் எலும்புகள் பொடிந்த
காடுடைய சுடலைப் பொடி பூசிப்
பித்தன் நடம் புரியட்டும் என்றோ

பொய் உதிர்க்கும் உதடுகள் வேகட்டும் என்றோ
பொக்கென வந்து குவியும் கும்பல் சாகட்டும் என்றோ
அறம் பாடும் அளவு கோபம் எனக்கு

என் தெய்வ மொழியில்
சாபத்திற்குச் சொற்கள் இல்லை
பிழைத்துப் போங்கள்.

26 – 03 – 15

கண்காட்சிப் பொருள்

உயிருள்ள கண்காட்சிப் பொருளாக நிற்கிறேன்
தலையில் கொம்பிருக்குமோவெனச் சொறிந்து
தேடுகின்றன கைகள்
வாகாகக் குனிந்து தலை காட்டுகிறேன்
பயந்து நகர்கிறார்கள்

யாரும் தொட முடியாதபடி
கண்ணாடிக் கூண்டமைத்து
உள்ளே நிற்கிறேன்
சுற்றி வந்து வந்து வித்தியாசம் தேடுகின்றன கண்கள்

என் சிங்கப் பற்களை வெளியாக்கி
நாக்கைத் தொங்கப் போடுகிறேன்
அதிர்ந்து ஓடுகிறார்கள்

வெறும் உருவம் என ஆர்வமின்றி
நகரும் கால்களை ஈர்க்க முயல்வதில்
பெரும்பொழுது கழிகின்றது

இரவெல்லாம் வெறும் தனிமை

கண்காட்சிப் பொருளாக இருக்கப்
பழகிக்கொள்ளலாம் என்றால்
அது சாதாரணம் அல்ல.

26 — 03 — 15

கையுள்ளோர்

கைகளை மூடிக்கொண்டு வந்தால்
கூர்ங்கத்தி உள்ளே ஒளிந்திருக்கிறது

கைகளை விரித்தபடி வந்தால்
ஆடைக்குள்ளோ வாயிலோ வைத்திருக்கும்
ஆயுதங்களை மறைக்கும் தந்திரம்

கைகளைக் குவித்துக்கொண்டிருந்தால்
நிச்சயம் குறுவாள் மறைந்திருக்கும்

கைகளில் ஏதேனும் பழப்பையோ
தீனியோ தொங்குகிறது என்றால்
ஏதோ ஒன்றில் விஷம் தடவப்பட்டிருக்கிறது

கை கொடுக்க நீட்டினால்
அது அந்நிய வழக்கம் என்று தவிர்க்கிறேன்
ஒவ்வொரு விரலும் ரம்பத்தின் பற்கள்
கையால் இழுத்து அணைக்கையில்
எதுவும் நடக்கலாம்

மன்னியுங்கள்
கையுள்ளோர் எல்லாரும்
சந்தேகத்திற்குரியவர்களே.

28 — 03 — 15

தலையற்ற மனிதர்கள்

ஊரெங்கும் தலையற்ற மனிதர்கள்
களிமண்ணைப் பிசைந்து பிசைந்து
எண்ணற்ற தலைகள் செய்து
பொருத்திப் பார்க்கிறான் சிற்பி

ஆடையை அகற்றி வீசித் திரியும்
குழந்தையைப் போல
தலைகளைக் கழற்றி வீசுகிறார்கள் மனிதர்கள்

வீதிகளெங்கும் தலைச் சிதறல்கள்
சோர்ந்துவிடாத சிற்பி
பேரழகு முகங்கள் கொண்ட தலைகளைச் செய்கிறான்

பெண்களைக் கவரலாகும் எனச்
சில வாலிபர்கள் அத்தலைகளை ஆசையோடு அணிகிறார்கள்
அணிந்ததும் முகமழிந்து தட்டையாகிறது

தலை இருந்தால் கிரீடம் தாங்கலாம் என
முன்வரும் முண்டங்களுக்கு எதுவும் பொருந்தவில்லை

சிற்பி சலித்துப்போகிறான்
தலையற்ற மனிதர்கள் ஊரெங்கும் உலவுகிறார்கள்
உற்சாகமாக.

29 – 03 – 15

பாக்கியம்

அம்மா இறந்து வருடங்கள் முடிந்தன
ஒவ்வொரு நாளும் ஒரு நிமிடமேனும்
இன்னும் கொஞ்ச நாள் இருந்திருக்கலாம்
என்று நினைவு ஓடும்

இருந்திருந்தால்
என் சுமையின் ஒரு துணுக்கை
எந்த முணுமுணுப்பும் இன்றித் தாங்கியிருக்கும்
உரிமையாய்க் கடிந்துகொள்ள
சண்டையிட
கோபிக்க
ஒரு முகம் கிடைத்திருக்கும்

பச்சைக் காரையில் பதிந்த
நூலிழைக் கோடென
அன்பின் நரம்பு ஓடியிருக்கும்

இல்லாமல் போனதும் நல்லதுதான்
பெருங்காற்றில் சிக்கித் தவிக்கும்
குருவிக்குஞ்செனச்
சிறகுகள் பிய்ந்து அலைவுறும்
பிள்ளையைக்
காணாமல்போனது பாக்கியம்.

15—04—15

நத்தை ஓடுகள்

பல ஜென்மங்களின் பாவ மூட்டையை
முதுகில் சுமக்கிறது நத்தை என்கிறார்கள்
மெத்துடலும் பொக்குக் கொம்புகளும் எனப்
பாவப்பட்ட ஜீவனாகிய அதற்கு
நல்ல பாதுகாப்புக் கவசம் அது

இலைகளின் வருடலுக்கும் சருகுக் குச்சிகளின் தீண்டலுக்கும்
அஞ்சி உள்ளொடுங்கிக்கொள்கிறது

பாவ மூட்டையை உதறி எறிந்துவிடு
எனக் கட்டளை போடுகிறார்கள்
வெறும் சுண்ணாம்புக் கூடு அது
என எள்ளுகிறார்கள்

அதுவும்
உதிர்த்துத் தொலைக்கப் பார்க்கிறது
ஒட்டிப் பிறந்த மூட்டை
உதிரம் உறிஞ்சி
இன்னும் கெட்டிப்படுகிறது
பாவம் அது

ஊசியால் குத்திப் பிடுங்கி
உடலை உருவி
வெயில் தகிக்கும் தார்ச்சாலையில்
வீசி விடுகிறது காலம்

பொசுங்கும் நாற்றம் எங்கனும்
வாகனச் சக்கரங்கள் அரைத்துத்
தேய்த்துவிட்ட சுவடு ஏதுமில்லை

பாடம் பண்ணிய கண்ணாடிப் பெட்டிகளில் மட்டும்
நத்தைகளைக் காணலாம்
நத்தை ஓடுகள் இனி
அசைவற்றுக் கிடக்கும்.

14—04—15

பெருமாள்முருகன்

பழைய ஞாபகம்

பாதையில் முள் பரப்பிக்
காத்திருந்த பகை
கடும்பகல் பொழுதில்
என்னைச் சுற்றி வளைத்தது

திடுக்கிட்டுப் பின் சுதாரித்தேன்

பழைய ஞாபகத்தில்
கை இடுப்பைத் தடவியது

நவீன வார்ப்பட்டையில்
தொங்கிற்று
நிழல்வாள்.

01—04—15

●

கோழைத்தனம்

கோழைகளைக் கொன்றுவிடலாம் என
மன்னர் முடிவு செய்தார்

எல்லாரும் வீரர்கள் ஆயினர்
எங்கும் கர்ஜனைகள்
மண்ணின் குறியாய் விறைத்து நின்றன
மனித உடல்கள்

உருவிய வாள்கள் காற்றிலசைய
வாருறைக்குள் நிம்மதியாய்ப்
பகல் தூக்கம் போட்டபடியிருந்தது
கோழைத்தனம்

வாள் உள் ஏக
உறை திறந்த கணம்
சுண்டெலியாய் வெளிக் குதித்து
இருளில்
எங்கும் பரவித் திரிந்தது.

01 — 04 — 15

பிசாசு என்றே எனக்குத் தெரியாது

பிறப்பிலிருந்தே
பீடித்துக்கொண்ட பிசாசு இது
இதுநாள் வரை
பிசாசு என்று காட்டிக்கொண்டதேயில்லை

விளையாட்டில் இதற்கு விருப்பமில்லை
எவருடனும் அண்டவிடாது
கருணைப் பெருங்கை விரித்தேற்றிக் கொண்டுபோய்
வனாந்தரத்திற்குள் விட்டுவிடும்
தன் அழகிய கைகளால் தடவும்

வண்ணத்துப்பூச்சியின் சிறகு முளைக்கும் சிலசமயம்
தேன்சிட்டின் வளைந்த அலகு தோன்றும் சிலசமயம்
கொக்கின் கால்கள் பெற்று நிற்பேன் சிலசமயம்
புலிப் பாய்ச்சல் நேரும் சிலசமயம்
மானென மருள்வேன் சிலசமயம்
பருந்தின் பார்வை பெறுவேன் சிலசமயம்
குயிலின் கண்களாய்ச் சிவப்பேன் சிலசமயம்

களைத்துப் போகுமுன் இறகென உடலையாக்கிக்
கொண்டு சேர்க்கும்
அமுக்குப் பிசாசாய் மாறும் தினங்களில்
பசி தாகம் தெரியா நித்திரையுள் ஆழ்த்தும்

அது கொடுத்த விலை மதிப்பிலாப் பரிசு சோம்பல்
பொய்க் கோபத்தில் வசை பாடிக் குரல்வளை நெரிப்பேன்
சிரித்துச் சுழன்றோடிப் புளியமரக் கிளையொன்றில்
தாவி நின்று சொற்களை உலுக்கிக் கொட்டும்
என் பொக்கிஷம் நிறைந்து ததும்பும்

இதுநாள் வரை பிசாசு என்றே எனக்குத் தெரியாது

எங்கிருந்தோ வந்த பூசாரி
தன் சாட்டை சுழற்றுகிறான்
மாயக் கயிறுகளால் பிணித்துக் கட்டுகிறான்
விரட்டும் மந்திரங்கள் ஓதுகிறான்
சுட்டுச் சாம்பலாக்கத் தீ வளர்க்கிறான்

பாவம் என் பிசாசு
பாவம் பிசாசாகிய நான்.

05 — 04 — 15

மின்நெருப்பு

மார்கழிப் பனி நடுக்கம்
பின்னிரவில் கண்ணென மின்னி அழைத்த
தீக்கங்கிடம் போய்க் கை விரித்துக் காட்டினேன்
குப்பெனப் பற்றிக் கைகளை எரித்தது
ஈமத் தீ
விறகோடு விறகாய் எரியும் கைகளைப்
பிட்டுத் தின்றன அரூப வாய்கள்

வெயில் காலத்தில்
அடுக்கிவைத்திருந்த வறட்டிக்குள்
கால்களைப் பதித்தேன்
மணமாய் எரிந்த நெருப்புக்குள்
கால்கள் பதமாய் வெந்தன
கொத்தி விழுங்கின மாய அலகுகள்

டயர்களில் பற்றிக் கரும்புகையாய் விண்ணேகும்
நெருப்பு நாற்றத்துள்
உடலை எரிக்கக் கொடுத்தேன்
காத்திருந்த பெருங்கூட்ட விரல்கள்
சுடச்சுடப் பனம்பழமெனப் பிய்த்துக்கொண்டன

இப்படித்தான் இதுவரை
இனி
எக்கையும் படவியலா
மின்நெருப்பில் இறங்கிக்
காற்றில் கலப்பேன்
சாம்பலும் மிஞ்சாமல்.

06 – 04 – 15

●

வடிகட்டி

பால்யத்தில் எனக்குப் பெயர் பன்னாடை
கள்ளும் பதநீரும் வடித்தேன்
என்னில் தேங்கி அவை இறங்குமுன்
வயிறு முட்டக் குடித்துக் களிப்பேன்
தங்கி நிற்கும்
தேனீக்கள் வண்டுகள் எறும்புகளின்
அர்த்தமுள்ள காலம் பற்றி எண்ணிப்
பெருமூச்செறிவேன்
வெறுமை எஞ்சும்

இளமையில் பாந்தமும் நேர்த்தியும் கொண்ட
சிறுவடிகட்டியானேன்
விதவித வடிவங்கள்
வகைவகை வண்ணங்கள்
நாளொரு மேனி
பொழுதொரு வண்ணம்
என் தோற்றத்தில்
மோகம் கொண்டு திரிந்தேன்
கள்ளும் வடித்தேன் தேநீரும் வடித்தேன்
நெய்யும் வடித்தேன்
எதுவும் தங்கி நிதானமாய் இறங்கியதில்லை
வேகம்
பட்டும் படாமல் நாக்கில் தொட்டுச்
சுவை கண்டதும் அடுத்ததை அவாவும் வேகம்

நடுவயதிலும் நிற்கிறேன்
விளிம்பு எங்கெனத் தெரியாத
வாய் அகண்ட வடிகட்டியாய்
வெறும் நீர் விழுந்து நழுவுகிறது
துயரங்களை
விடாப்பிடியாய் வைத்துக்கொண்டு
சந்தோசங்களை வடியவிடும்
பேருருவ வடிகட்டியாய் நிற்கிறேன்.

07 — 04 — 15

எல்லாம் போதும்

என் தட்டில் சோற்றை நிறைக்கிறீர்கள்
சுவை கூட்டி மணம் பெருக்குகிறீர்கள்
ராஜ கம்பளம் விரித்து வரவேற்கிறீர்கள்
ரோஜா இதழ் தூவிக் குளிர்விக்கிறீர்கள்
அமுத பானம் பருகத் தருகிறீர்கள்
மென்துணியால் உதடுகளை ஒத்துகிறீர்கள்
செவி குளிரும் சொற்களைப் பெய்கிறீர்கள்
பெரும்பீடத்தில் ஏற்றிவைக்கிறீர்கள்

எல்லாம் போதும்

நிறுத்திவிடுங்கள்
என் முதுகுக்குப் பின்
நீங்கள் செய்யும் சேஷ்டைகளையும்.

08 – 04 – 15

ஒலிக்குறிப்பு

சின்ன சூட்சுமம் ஒன்றை அறியாமல்
இத்தனை காலம் சிரமப்பட்டுவிட்டேன்
பறவைகளின் பாடலைக் கேட்கவும்
இசைக்குக் குவிக்கவும்தான்
காதுகளென இருந்துவிட்டேன்

தேவைப்படும் திசைக்குத் திருப்பிக் கட்டும்
விழா ஒலிபெருக்கியெனக்
காதுகளை மனித மொழியின் பக்கம்
இப்போது திருப்பிவிட்டேன்

சொற்கள் மோதி மோதிக்
காதுகள் வளர்கின்றன
பெருந்தாவரத்தின் இலைகளாய்
வாயைக் கட்டிவிட்டேன்

இப்போது என் வாய்க்குத்
தெரிந்த ஒரே வார்த்தை
அல்ல
ஒரே ஒலிக்குறிப்பு
ம்.

08 — 04 — 15

கோழையின் பாடல்

ஒரு கோழையால்
யாருக்கும் எந்தத் துன்பமும் நேர்வதில்லை
ஒரு கோழையால்
எங்கும் எப்போதும் கலவரம் விளைவதில்லை
ஒரு கோழையால்
எந்தப் பொருளும் ஒருபோதும் அழிவதில்லை

ஒரு கோழை
தன் வாளை உருவுவதும் இல்லை
எம்மரத்திலும் கூர் பார்க்கப் பாய்ச்சுவதும் இல்லை
ஏன், ஒரு கோழையிடம் வாளே இருப்பதில்லை

ஒரு கோழையால்
எவருக்கும் அச்சுறுத்தல் உண்டாவதில்லை

ஒரு கோழை
இருளைக் கண்டு அஞ்சுகிறான்
அவனிடமிருந்து பாட்டுகள் பிறக்கின்றன

ஒரு கோழை
பகலைப் பார்த்துப் பயப்படுகிறான்
அவனிடமிருந்து கவிதைகள் பிறக்கின்றன

ஒரு கோழையை
இயற்கை வரவேற்கிறது
சிறு இலையைக் கிள்ளவும் மாட்டான்
பூவைப் பறிக்கவும் மாட்டான்

ஒரு கோழையை
இயற்கை அரவணைக்கிறது
நடுங்கும் குழந்தையை
எடுத்துச் சேர்த்துப் பாலூட்டுவாள் அன்னை

ஒரு கோழைக்கு
இயற்கை மாலையிடுகிறது
ஒரு கோழை
வயிற்றுத் தேவைக்காக மட்டுமே வெளியே வருகிறான்
அதிகம் நடமாடாத காரணத்தால் தொந்தரவும் இல்லை

ஒரு கோழையால்
வீட்டுக்குள் அடைந்து கிடக்கவும் முடிவதில்லை
இடைவிடாமல் சந்துகளைத்
துளைகளைச் சரிசெய்கிறான்

ஒரு கோழையை
விளையாட்டுத் திடலில் பார்க்க முடியாது
தேசத்தை முன்னிறுத்தி வெறியூட்டும் செயலுக்கு
அவன் ஒருபோதும் இடம் தருவதில்லை

ஒரு கோழை
எந்தக் கட்சியிலும் சேர்வதில்லை
எந்தக் கொள்கையையும் பின்பற்றுவதில்லை
எந்தத் தலைவனுக்கும் விசுவாசமாக இருப்பதில்லை

ஒரு கோழையால்
வரவேற்புச் சுவரொட்டி தயாரிக்க இயலாது
பெரும் பதாகைகளுக்குப் பாலாபிஷேகம் செய்ய இயலாது
சீழ்க்கை அடித்துத் துள்ளாட்டம் போட்டு
ஊர்வலம் போவது இயலவே இயலாது

ஒரு கோழை எவர் பொருளையும் கொள்ளை அடிப்பதில்லை
தன் பொருளைக் கவர வருவோருக்கு
எந்தச் சிரமமும் தருவதில்லை

ஒரு கோழை
பாலியல் வல்லுறவில் ஈடுபட முனைவதில்லை
எந்த உடலையும் திருட்டுத்தனமாகப் பார்க்கவும்
அவனால் முடிவதில்லை

ஒரு கோழை
கொலைகாரனாக மாறுவதேயில்லை
எனினும்
அவன் தற்கொலையைப் பற்றிச் சிந்திக்கிறான்
தற்கொலையும் செய்துகொள்கிறான்.

12 — 04 — 15

●

கோழையின் பாடல்கள்

இதில்தான்

ஆட்டுக்குக் காடு
மீனுக்கு நீர்
பறவைக்கு வானம்
தராத உலகம்

இதில்தான்
வாழ்ந்து
தொலைக்க வேண்டியிருக்கிறது.

10 — 08 — 15

●

தீராக் கிடங்கு

வீட்டைக் காலி செய்வது சுலபமல்ல

வெறும் வீடு மட்டும் கௌரவமல்ல என்பதால்
வீட்டை நிறைக்கப்
பொருள்களை வாங்கி வாங்கிச் சேர்க்கிறோம்

சில சமயம் சலிப்பு வந்தாலும்
ஒவ்வொரு பொருளைக் காணும்போதும்
அது வீட்டின் எந்தப் பகுதியை நிறைக்கும் எனத்
தீவிரமாக யோசிக்கிறோம்

பொருள்கள் பழையவை ஆனாலும்
அவற்றுக்கும் இடம் ஒதுக்கிப் பாதுகாக்கிறோம்
பொருள்கள் வீட்டின் பலம்

தீராக் கிடங்கு வீடு

எடுக்க எடுக்க
வந்துகொண்டேயிருக்கின்றன பொருள்கள்
ஒருபோதும்
வீட்டைக் காலி செய்து முடிப்பதில்லை நாம்.

08 — 04 — 15

●

சுவடுகள்

என் வீடு முழுவதையும்
தூசு மூடியிருக்கிறது

காலம் கடந்து வந்து
காலெடுத்து நடக்கிறேன்
அடி வைத்த இடமெங்கும் சுவடுகள்
வீடு முழுக்க ஓடுகிறேன்
சுவடுகள் சுவடுகள்

கால் படாத இடத் தூசுகளுக்கடியிலும்
என் சுவடுகளைப்
பாதுகாத்து வைத்திருக்கிறது வீடு
என்றறிந்த பிறகு
ஆசுவாசமாகிறேன்.

11 — 06 — 15

மண்வெட்டி

அன்பை
மண்வெட்டி வடிவில்
என்னிடம் சேர்த்தார் கடவுள்

சந்தைக் கடையில்
பரிசோதித்து வாங்கும்
விவசாயியைப் போலக்
கனத்த இரும்புப் பூணையும்
சேவேறிய மரக் கைப்பிடியையும்
பலமுறை பரிசோதித்தேன்

வெயில் பட்டு மின்னும் நீர்ப்பரப்பென
மிளிரும் அகண்ட வாயின் வசீகரம்
எப்போதும் ஈர்த்தது

பூமியின் பெரும்பரப்பெங்கும்
செழுமையாக்க மண்வெட்டியை உபயோகிக்கலாம்
என மகிழ்ந்தேன்

வெட்டி நேர்த்தியான வரப்புகள் அமைத்தேன்
பொசுங்கிய புற்களின் வேர்களுக்கு ஆறுதல் சொல்லிவிட்டு
அவற்றை மாடுகளுக்குக் கொடுத்தேன்
மரங்களுக்கு நீர் தேக்கினேன்
வாய்க்கால் வெட்டினேன்
சரிவு அறுப்பைச் சரியாக்கினேன்

மேட்டை நிரவிப் பள்ளத்தில் நிரப்பு
என மண்வெட்டிக்குச் சொன்னேன்
அதில்தான் வெகுகாலம் ஈடுபட்டேன்

உறக்கம் வாரா இரவில்
எழுந்து பார்த்தேன்
மண் சுரண்டிக் கழுவி
என் கட்டிலடியில் பத்திரமாய் வைத்திருந்த மண்வெட்டியைக்
காணவில்லை

வெளியே சத்தம்
குழி தோண்டிக்கொண்டிருந்தது
எனக்கு.

15 – 04 – 15

ஆக்கிரமிப்பு

மரத்தடியில்
உதிர்ந்து கிடந்த
நாகலிங்கப் பூவை எடுத்தேன்

கழன்ற லிங்கம்
எனினும்
படம் எடுத்த தலைகள்
கவிழ்ந்து
குடையாய் மூடியிருந்த வடிவம்
சுக்கில நெடி

அறை மேசையில் வைத்து
அழகு பார்த்துவிட்டுச்
சற்றே கண்ணயர்ந்தேன்

எங்கும் நெடி
அறைக்குள் விரிந்தது குடை
விழித்தால்
சுவாசம் தடுமாறக்
குடையடியில் கிடக்கிறேன்.

அற்பச் சிறுவண்டு

எவ்விதம் நுழைந்தது இந்தச் சிறுவண்டு?
கூரைப் பொந்து
ஜன்னல் வலை ஓட்டை
கதவின் சிறுசந்து
திறந்து உள்ளே வருகையில் உடன்
எவ்விதமோ நுழைந்தது
இந்தச் சிறுவண்டு

ரீங்காரச் சப்தம்
மண்டையைக் குடைகிறது

நுழைந்த வழியில் திரும்பத் தெரியவில்லை
பல வழிகள் இருக்கின்றன
புதுவழிகளையும் கண்டறிய முடியவில்லை

கூரை முகட்டை முட்டுகிறது
வெளிச்சம் காணும் இடங்களில்
தயங்கிப் பின் திரும்புகிறது

ரீங்காரம் மிகுகிறது
திசை தேடிப் பறக்கையில்
தீண்டுமோ என்றும் பயம்

அவசரமாய்
ஜன்னலையும் கதவையும்
விரியத் திறக்கிறேன்
வண்டுக்கு வழி காணத் தெரியவில்லை

வெளியே வந்து நிற்கிறேன்
வெளியேற நேரம் கொடுத்துத்
திரும்ப உள்ளே போகிறேன்
இன்னும் உள்ளேயே சுழல்கிறது
அந்தச் சிறுவண்டு

யார் ஏவியது
சொந்தம் கொண்டாடுமோ

இனிப் பொறுப்பதில்லை
நீளத் துண்டு
கை விசிறி
போர்வை
படைக் கருவி கொண்டு
போர் தொடுக்கத் தயாரானேன்

விடலாமோ
அற்பச் சிறுவண்டை?

●

ஆக்கும் பெருநடனம்

இதை என்ன செய்ய?
உடலல்ல, விஷப் பாம்பு
பாம்புக்குப் பல்லில் விஷம்

பாம்பல்ல, முழுக்க விஷம்
விஷத்தின் ஆற்றல் அழிவு

விஷமல்ல, ஆக்கும் பெருநடனம்

வகை வகையாய்க் கூடைகள்
அடக்கிச் சுருட்டிக்
கூடைக்குள் திணித்து அடைக்கிறேன்
எப்பேர்ப்பட்ட கூடையையும்
ஒரே தள்ளலில் திறந்துகொண்டு
திமிறி எழுந்து நிற்கிறது

அதற்குத் தேவை
சுழன்றாடப் பரந்த வெளி

ஆனால் என்ன செய்ய?
கொடி கொண்டு நெருக்கிப் பின்னிக் கட்டிய
கூடையைத்தான் தர முடிகிறது.

●

நத்தைகள்

நத்தைகளுடன்தான்
என் விளையாட்டு

அதிகம் நடமாட்டமில்லாத
நாட்களில் வெளிக் கிளம்பும்
இவற்றைக் கண்டதும் உற்சாகம்

குச்சியோ கம்பியோ ஊசியோ
கிடைப்பதைக் கொண்டு குத்தப்போகிறேன்
தொட்டாற்சிணுங்கிகள்
இவற்றுக்குக் கொம்புகளும் உண்டு
மிகச்சிறு காளான் குடை பூத்திருக்கும்
அவற்றை அசைத்துப் பார்க்கலாம்
வெற்றுத் துருத்திகள்

பாதுகாப்புக்குக் கவச ஓடுகள்
கைகளில் தாராளமாக எடுக்கலாம்
சிறுகல்லில் தூக்கி அடிக்கலாம்
சுண்ணாம்பு டப்பாக்கள்

நத்தைகளைக் காண முடியாத
நாட்களில்
கண்ணாடி பார்த்துக்கொள்கிறேன்.

●

பல்லாங்குழி

என் பரணில் இருந்து
பழைய பல்லாங்குழிப் பலகை ஒன்றும்
இதுநாள்வரை சேமித்து வீசியிருந்த
சொற்களும் கிடைத்தன

சொற்களை விளையாட்டாய்
வகை பிரித்துப்
பலகைக் குழிகளில் போடுகிறேன்

மன்றாட்டுச் சொற்குழி
நிரம்பி வழிகிறது
இயலாமைக் குழிக்குள்ளும் ஏராளம்
வசைச் சொற்கள் அதில் மிதக்கின்றன

ஆமோதிப்புச் சொற்கள் அதிகமில்லை
ஆனால் குழியில் விழுந்துகொண்டேயிருக்கின்றன

சமாதான வார்த்தைகளைத்
தேடித்தேடிப் பொறுக்கிச் சேர்க்கிறேன்
பாதியளவைக் கடக்கிறது

பிரியத்திற்கான சொற்களில் பெரும்பாலும் பழுது
ஓட்டை உடைசலாய்க் கொஞ்சம் தேறுகின்றன

நக்கியெடுக்கக் காலிக் குழியும் ஒன்றிருக்கிறது
அதில்தான்
எதிர்ப்புச் சொற்களைப் போடலாம் என்றிருந்தேன்.

●

சர்வாங்கச் சவரம்

மனிதத் தோல் உரிப்புக்கு
அனுமதி அளித்திருக்கிறார் அரசர்

கூர் மழுங்கிய முனை தேய்ந்த கைப்பிடியற்ற
பழைய சவரக் கத்திகள்
தேடி எடுக்கப்படுகின்றன

கத்தி கையில் கிடைத்தவர்கள் கூச்சலிட்டபடி
எங்கும் திரிகிறார்கள்

தடித்த தோல்களில்
சிறு சிராய்ப்பையும் உண்டாக்க முடியாத
மொண்ணைக் கத்திகள்
மென்தோல்களைத் தேடி அலைகின்றன

குழந்தைகளும்
கலைஞர்களுமே
மென்தோலிகள்

குழந்தைத் தோல் உரிப்பைக்
கண்ணுக்குத் தெரியாமல் செய்ய வேண்டும்
என்பது உத்தரவு

குழந்தைகளைக் கூட்டி உட்காரவைத்து
அவர்களுக்கு முன்னால்
கண்கட்டு வித்தை போல்
கலைஞர்களின் தோல் உரிப்பு நடக்கிறது

முகத்தோலைச் சுரண்டுகிறது ஒரு கத்தி
உள்ளங்கையை இலக்காக்குகிறது ஒரு கத்தி
முதுகுத் தோலில் இறங்குகிறது ஒரு கத்தி

வெயிலில் காய வைத்த தோல் பொருக்குகளைக்
குழந்தைகளின் கைகளில் போடுகிறார்கள்
விரல்கள் நடுங்கக் குழந்தைகள் அழுகின்றன
கண்கள் மூடி மனதுக்குள் ஒடுங்குகின்றன

வடியும் ரத்தத்துடன்
வலிக்கும் காயத்துடன்
கலைஞர்கள் நிற்கிறார்கள்
சர்வாங்கச் சவரம் நடக்கிறது
என்னும் பாவனையுடன்.

04 – 06 – 15

●

சிலந்தியின் இலக்கு

அகண்ட பாதையின்
ஒருபக்க மரத்தில் தொடங்கி
மறுபக்க மரம் வரைக்கும்
பதாகை போலத்
தன் வலையைப் பின்னியிருக்கிறது
சிலந்தி

எந்த மூலை எந்தப் பின்னல்
எத்தனை பெரியது எத்தனை சிறியது
எதுவும் தெரியவில்லை
சொல்லப்போனால்
சிலந்தியைக் காணவேயில்லை
வலைக்குள் அது வசிக்கவேயில்லை

அதன் கண்கள் மட்டும்
எங்கிருந்தோ பார்த்துக்கொண்டிருக்கின்றன

பகலில் நல்ல வெயிலில்
பாதை கடந்து செல்லும் பலருக்கும்
வலை தெரிவதில்லை
மாலையில் உற்றுப் பார்த்தால்
இழையசைவில் வலையைப் பார்க்கலாம்
நின்று பார்க்க யாருக்கு நேரம்

நுண்ணுயிரிகள் சிறுபூச்சிகள்
வண்டுகள் வண்ணத்துப்பூச்சிகள்
தட்டான்கள்
என வலையில் மாட்டித் தவிப்பவை
துடித்து உயிரிழப்பவை பல

சிலந்தியின் கண்கள்
எங்கிருந்தோ
எல்லாவற்றையும் பார்த்துக்கொண்டிருக்கின்றன

சிலந்தி
இப்போதைக்கு வெளிவரப் போவதில்லை
அதன் இலக்கு
இன்னும் பெரிது
மிகப் பெரிது
பெரிதினும் பெரிது
மனிதக் கை.

07 – 06 – 15

முகம் காட்டு

எதிர்பார்த்து நின்றிருக்கும்
இந்த நிலையின் தவிப்பை
உணர்த்துவது கடினம்
கொஞ்சமாய்ச் சொல்லலாம்

தூரத்து அசையும் உருவமெல்லாம்
உன் சாயல்
தொலைவில் கேட்கும் குரல்களில்
உன் இனிமை

வீதிக்கு வந்து பார்த்து
ஏமாந்து திரும்புவதும்
அருகில் வரும்வரை
பார்க்காமல் இருந்து
ஏமாற்றலாம் என்றெண்ணி ஏமாறுவதும்
வாடிக்கை

எனக்கென என்ன கொண்டு வருவாய்
எனக் கற்பனை செய்வதில்தான்
சற்றே நிம்மதி

உன்னிடமிருந்து
எந்த நேரமும் அழைப்பு வரலாம்
எனச் செல்பேசியைக் கையிலும் மார்பிலும்
வைத்திருக்கிறேன்
எனினும்
அழைப்பைத் தவற விட்டிருப்பேனோ
என்றெண்ணி நொடிக்கொருதரம்
திறந்து பார்க்கிறேன்
மறந்து போய் 'அமைதி'யில்
போட்டுவிட்டேனோ என்றும் பரிசோதிக்கிறேன்

நானாக
உன்னை அழைக்க மாட்டேன்
உன் அழைப்புத்தான் முதல்
பதில்தான் எனது
அழைத்துவிட்டால்
எதிர்பார்த்திருப்பதில் என்ன பொருள்

அழை
முகம் காட்டு
வா

எதிர்பார்த்து நின்றிருக்கிறேன்
கறிச்சோறு கொண்டுவரப் போன
பேரனின் வரவுக்காய்
வழி பார்த்திருக்கும்
மூதாட்டியைப் போல.

07 – 06 – 15

காவல்

துரத்தும்
தெரு நாய்களிடமிருந்து தப்பிக்க
உள்ளிருந்து நாய்கள் குரைக்கும்
வீட்டின்
இரும்புக் கதவுக்கு முன்னால் போய்
உட்கார்ந்துகொள்கிறது
அந்தப் பெட்டை நாய்.

07 – 06 – 15

●

வருகை

வந்தீர்கள்
வருகையைப் பதிவாக்கிப் போனீர்கள்
போகும்போது
வீட்டின் முன்வாசலில்
செழுசெழுத்து நின்றிருந்த
மிளகாய்ச் செடியின் தலையை
இடக்கையால் இழுத்துக் கிள்ளினீர்கள்
உங்கள் வருகை
நினைவாகிவிட்டது.

08 – 06 – 15

●

பெருமாள்முருகன்

அவர்கள் உழைக்கிறார்கள்

இளைஞர்களால் நிரம்பியிருக்கிறது
எனது நகரம்
அவர்கள்
எங்கள் பிள்ளைகளைப் போலத்
தோன்றவில்லை என்பதே
சந்தோசமாக இருக்கிறது

அழகான தூய்மையான
விலை மதிப்பு மிக்க
ஆடைகளை அவர்கள் அணிகிறார்கள்
முதுகின் அகலத்திற்கேற்ப
இணையத்தின் மூலம் தேர்வு செய்த
கச்சிதமான பைகளை
அவர்கள் பயன்படுத்துகிறார்கள்

நல்ல காலுறையுடன் கூடிய
கவரத்தக்க சப்பாத்துக்களையே
அவர்கள் உபயோகிக்கிறார்கள்

கை படாமல் சிறுகரண்டியில் எடுத்து
நாசுக்காகவும் நாகரிகமாகவும் உண்ண
அவர்கள் கற்றுக்கொண்டிருக்கிறார்கள்

ஒருபோதும் நேரம் தவறாத
பணியைத் தாமதிக்காத
கடமை தவறாத பணியாளர்களாக
அவர்கள் உருவாகியிருக்கிறார்கள்

இரவைப் பகலாக
பகலை இரவாகக் கருதியும்
இரவிலிருந்து பகலுக்குப்
பகலிலிருந்து இரவுக்குத் தாவியும்
இரவா பகலா பகலா இரவா
என்னும் உணர்வற்றும்
அவர்கள் உழைக்கிறார்கள்

சுபிட்சமாகட்டும் உலகம்.

08 — 06 — 15

●

நாகரிகவான்

அவனுக்குக்
கொஞ்சம் தேநீர் தேவைப்படுகிறது
அவன் நாகரிகவான்

அவனுக்குக்
கொஞ்சம் தேநீர் தேவைப்படுகிறது
நாற்காலியைச்
சற்றே உரக்கப் பின்தள்ளி எழுகிறான்
கழிப்பறைக் கதவைப்
படாரெனத் திறந்து பின்
அடித்துச் சாத்துகிறான்

அவனுக்குக்
கொஞ்சம் தேநீர் தேவைப்படுகிறது
காலடி ஒலி எழ
வீடு முழுக்க நடக்கிறான்
தொலைக்காட்சியைப் போட்டு
ஒலி அளவை வழக்கத்தைவிடக் கூட்டுகிறான்

அவனுக்குக்
கொஞ்சம் தேநீர் தேவைப்படுகிறது
சமையலறைக்குள் போய்ப்
பாத்திரங்களை உருட்டுகிறான்
அவை பதறி விழும்
சத்தத்ினூடே தண்ணீர் குடிக்கிறான்

அவனுக்குக்
கொஞ்சம் தேநீர் தேவைப்படுகிறது
எனினும்
அவன் நாகரிகவான்
உறங்கிக்கொண்டிருந்த மனைவி
விழித்தெழுந்துவிட்டாள்.

16 – 06 – 15

●

அழிரப்பர்

உடல் நீர்மை கொண்டு
அழிரப்பர் தயாரித்தேன்

கைக்குள் சுருக்கியெடுத்துக்
காகிதப் பதிவுகளை எல்லாம்
அழிக்கத் தொடங்கினேன்
செதில்கள் உதிர்ந்து மலையெனக் குவிந்தன
எத்தனை இரவுகள்
எத்தனை பகல்கள்
அழித்த பக்கங்கள் எல்லாம்
மின்னலெனத் தோன்றிப் பளிச்சிடுகின்றன

அழிரப்பரை ஆளுயரமாக்கிப்
பெருஞ்சுவரில் தூரிகையெனத் தூக்கி அழிக்கிறேன்
கணினிச் சுவர்கள் உட்பட
எல்லாம் வண்ணமயமாகின்றன

ரப்பரில் இருந்து ரத்தம் சொட்டுகிறது
ரத்தத்தைப் பூசியேனும்
எல்லாவற்றையும் அழித்துவிட வேண்டும்
நாட்கள் வாரங்கள்
மாதங்கள் ஆண்டுகள்
என் அழிரப்பரைக் காலத்தின் சுவரில்
பதித்திருக்கிறேன்.

03 — 05 — 15

இதை என்ன செய்யலாம்

என் பேனாவுக்கு உத்தரவிட்டிருக்கிறேன்
இனிக் குமிழ்முனைச் சுரப்பு
கையொப்பம் இடவும்
கணக்கு எழுதவும்
நாட்குறிப்புக்கும் மட்டுமே நிகழ வேண்டும்

இப்போது
என் கையொப்பம் ஒவ்வொரு முறையும்
ஒவ்வொரு மாதிரி இருக்கிறது
பாம்பின் நெளிதலையும்
ஓவியத் தீட்டலையும் காண்கிறேன்
எந்தச் செவ்வகத்துள்ளும் அடங்க மறுக்கிறது

நேற்றைய காய்கறிக் கணக்கை
இன்றெடுத்துப் பார்த்தால்
காய்கறிகள் உயிர்பெற்றிருக்கின்றன
அரிசியில் புழுவொன்று நெளிகிறது

இரண்டு நாட்களுக்கு முந்தைய நாட்குறிப்பில்
ஒற்றைக் கால் காகம் வந்து
துணிக்கொடிக் கம்பியில் உட்கார்ந்திருக்கிறது
நேற்றுச்
சவரத் தொழிலாளி ஒருவரின் புலம்பல் பதிந்திருக்கிறது

இந்தப் பேனா
உத்தரவை மதிக்கிறதா மீறுகிறதா
இதை என்ன செய்யலாம்
முனையை முறித்துத்
தூக்கி வீசிவிடும் அளவுக்கு
இந்தப் பேனாவின் மேல்
கோபம் எனக்கு.

03 – 05 – 15

ஒழுக்கம்தான் முக்கியம்

ஒழுக்கம்தான் முக்கியம் என்கிறேன் நான்

ஏன் எதற்கு என்றெல்லாம்
கேட்கக் கூடாது
ஒழுக்கம் பற்றிச் சொல்லும்போது
இடையில் என்ன பேச்சு

ஒழுக்கம் பற்றிப் பேச
எந்தத் தகுதியும் எனக்குத் தேவையில்லை
ஒழுக்கம் பற்றிப் பேச
எந்தத் திறமையும் எனக்கு வேண்டியதில்லை

ஒழுக்கம் பற்றி எங்கும் பேசுவேன்
எல்லா இடத்திலும் ஒழுக்கக் கேடு நிலவுகிறது
ஒழுக்கம் பற்றி யாரிடத்தும் பேசுவேன்
எல்லாரிடத்தும் ஒழுக்கக் கேடு நிறைந்திருக்கிறது

ஒழுக்கம் பற்றித் தெளிவாக எனக்குத் தெரியும்
ஒழுக்கம் எங்கே வாழ்கிறது
என்பதையும் கண்டுபிடித்து வைத்திருக்கிறேன்
ஒழுக்கம் பற்றி எவ்வளவு நேரம்
வேண்டுமானாலும் பேசுவேன்

சின்ன ரகசியத்தை மட்டும் உங்களுக்குச் சொல்கிறேன்
ஒழுக்கம் பற்றிப் பேசும்போது
முலைக் காம்புகளும்
யோனிகளும்
எனக்குள் முளைத்து நிற்கின்றன
என் குறி நுனியும்
கொஞ்சம் தெரிகின்றது.

17 — 06 — 15

அற்பப் புற்கள்

எனக்கு என்ன நேர்ந்ததென்று
எனக்கே தெரியவில்லை
நிலா வெளிச்சத்தில் பரவசத்துடன்
நேற்றிரவு குதூகல நடை போட்டபோது
சிறுபுல் தடுக்கிக் கீழே விழுந்தேன்

'அற்பப் புல்லே' என்று கோபத்தில் கத்தினேன்
'நாங்கள் அற்பமா?' என்று புற்கள்
கிரீச்சிட்டுக் கத்தின
புற்களுக்குக் குரலுண்டு என்பதும்
குரல் துரத்தி வரும் என்பதும்
இதுநாள் வரை எனக்குத் தெரியாது

சுத்த மடையன் நான்
தாவி ஓடி வந்து கதவடைத்துச்
சுவருக்குள் ஒடுங்கிக்கொண்டேன்

இரவிலே என்ன நடந்தது?
புற்கள் கூட்டம் போட்டன
தொண்டை கட்டப் பேசின
வேர்களைப் பெயர்த்தெடுத்துக்கொண்டு
ஊர்வலம் போகவும் உண்ணாவிரதம் இருக்கவும்
                                                                                                    திட்டமிட்டன
அவை கற்றுக்கொண்டிருந்த சொற்கள்
ஊசி நுனி வழியாக விஷமெனப் பரவின

காலையில் கதவைத் திறந்தபோது
எங்கும் புல்மயம்
மூக்குக்குள் நுழைந்தன நுனிகள்
காதுக்குள் சுருண்டன இதழ்கள்
உடலெங்கும் கீறின ஓரங்கள்
புற்களால் மூடப்பட்டுக் கிடக்கிறேன்
புற்களின் மீது ஒருபோதும் காறி உமிழ்ந்தவனல்ல
புற்களைக் களையென்று பிடுங்கி வீசியவனுமல்ல
எனினும்
புற்களால் மூடப்பட்டுக் கிடக்கிறேன்

புற்கள் மரமென நிமிர்ந்து
நெஞ்சுயர்த்தி நடக்கின்றன
வேறு வழியற்று மெல்லச் சொல்கிறேன்
'அற்பப் புற்கள் அல்ல
அழகு மரங்கள் நீங்கள்.'

05 – 05 – 15

●

ஆம் அது

மிக ஆபாசமான
வசைச்சொல்லை வீசும்
தீவிரத்துடனும் பிரியத்துடனும்
ஒருவன் என்னை நோக்கி
'நீ நாத்திகன்' என்றான்
'ஆம்
அது
அந்தக்
கடவுளுக்கும் தெரியும்'
என்றேன்.

17 – 06 – 15

●

பழைய கணக்குகள்

என் வீட்டு வரவேற்பறை தொடங்கிப்
பாதம் பதிந்த இடங்களில் எங்கும்
பழைய கணக்கு ஏடுகளோடு
பலரும் காத்திருக்கிறார்கள்

என் பெயரில்
இத்தனை பழைய கணக்குகள்
இருக்குமென எனக்குத் தெரியாது
இவ்வளவு பேர்
ஏடுகளைப் புரட்டுவார்கள் என்றும் நினைக்கவில்லை

சிலரது ஏட்டில்
நான் எப்போதோ உதிர்த்து மறந்துபோன
ஒற்றைச் சொல் மட்டும் பதிவாகியிருக்கிறது
அந்தச் சொல்லிலிருந்து விரியும் கணக்கு
பல பக்கங்களைக் கடந்து செல்கிறது

சிலரது ஏட்டில்
அனிச்சையான என் சுண்டுவிரல் அசைவு மட்டும்
பதிவாகியிருக்கிறது
அசைவு நிரப்பியிருக்கும் பக்க எண்ணிக்கை
காற்றைப் போல் பரவியிருக்கிறது

சிலர் என் சிரிப்பைப் பதிந்திருக்கிறார்கள்
சிலர் என் நடையைப் பதிந்திருக்கிறார்கள்
சிலர் என் சட்டையைப் பதிந்திருக்கிறார்கள்
சிலர் என் குரலைப் பதிந்திருக்கிறார்கள்

தனிச் சிறப்பான ஏடொன்றில்
என் மயிரும்கூடப் பதிவாகியிருக்கிறது
ஒவ்வொன்றும்
கனத்த அட்டையுடன் கூடிய
புரட்டப் புரட்டத் தீராத
பெருத்த ஏடுகள்

பெருமாள்முருகன்

இறக்கம் நேர்கையில்
பழைய கணக்குகளின் பாரம்
முதுகேறி அழுத்துகிறது
ஏறிச் செல்கையில்
பாதந்தாங்கி விரித்த கைகள்
ரகசியமாய் எழுதி வைத்திருந்த
கணக்குகளின் பாரம் இது
சுமந்துதான் கடந்தாக வேண்டும்

கணக்குத் தீர்க்கக் காலம் பார்த்துக்
கத்திகள் நீளும்
கீறல்களும் காயங்களும் வாடிக்கை
வெட்டுக்களும் விழலாம்
பட்டுத்தான் ஆக வேண்டும்

பழைய கணக்குகளின் பட்டியல் நீளம் அறியச்
சந்தர்ப்பம் ஆக்கித் தந்தமைக்கு நன்றி
ஈசனே.

09 — 05 — 15

இன்றுமுதல்

கை கொள்ளாத அளவு
வைத்திருக்கிறீர்கள்
எல்லாப்புறமும் வழிந்து
சிந்துகிறது மண்ணில்

எவ்வளவு நேரம் அப்படியே வைத்திருப்பீர்கள்
விரல் சந்துகளில் இறங்கித் தீர்ந்துவிடாதா
வாட்டும் வெயில் உறிஞ்சி வடிந்து போகாதா
கை மூட்டுகளில் வலி மிகும் கணத்தில்
அறியாமல் நீங்களே உதறிவிடக் கூடும்
காலம் தன் பூஞ்சைகளை உற்பத்தி செய்யலாம்

அங்காந்திருக்கும் வாய்களை நோக்கி
ஏன் உங்கள் கைகளை நீட்டக் கூடாது?
சிந்தும் துளிகளையாவது
அந்தக் காக்கைக் குஞ்சுகளின் வாயில் விடலாமே

எதுவும் அறியாத மாதிரி
உங்கள் காலிலேயே கண் பதித்து நிற்காதீர்கள்
காதுக்குள்
எறும்புகளெனச்
சொற்களை அனுப்புவேன்

முதல் சான்று:
இன்று முதல்
தின்ற சோறு செரிக்காது
உங்களுக்கு.

19 — 06 — 15

●

இறுதித் தலை

என் காலடியின் கீழே
பசுந்தலைகள் உதிர்கின்றன
வெதுவெதுப்பான இரத்தம் பிசுபிசுக்கும்
மனிதப் பசுந்தலைகள்

சீவிய நுங்கென
ஒவ்வொரு தலை விழும்போதும்
என் முகத்தில் பெருமிதம்
தோற்றத்தில் கம்பீரம் கூடுகிறது

கீழ்த்தலையில் ஒரு காலும்
மேல் தலையில் ஒரு காலும் பதித்து
அண்ணாந்து நிற்கிறேன்
சூரிய வட்டம் என் பின்னால்

கட்டளைப்படி
வெட்டுப்பட்ட தலைகள்
உடைபட்ட தேங்காய் மூடிகளாய்
உருண்டோடி வந்து சேர்கின்றன

அடுக்கிய தலைப் படிக்கட்டில்
ஒவ்வொரு படியாய்ப்
பின்னோக்கி ஏறுகிறேன்

என் காலடியின் கீழே தலை
தலைகள்
பசுந்தலைகள்
மனிதப் பசுந்தலைகள்

அச்சம் வேண்டாம்
மனிதர்கள் அற்ற உலகின்
இறுதித் தலையைக் கொய்ய
இடுப்பில் வாள் ஒன்றுமிருக்கிறது.

12 – 05 – 15

●

அது சொல்லும்

செத்துவிட்டேன் என்றால்
நம்ப மறுக்கிறார்கள்
சாவு இயற்கைதானே
மூப்படைந்து சாகிறார்கள்
நோய் கூடிச் சாகிறார்கள்
விபத்து நேர்ந்து சாகிறார்கள்
வெள்ளப் பெருக்கில் பூகம்பத்தில்
பனிக்குளிரில் கடும்வெயிலில்
எப்படி எப்படியோ சாகிறார்கள்
கொலைகளும்
தற்கொலைகளும் ஏராளம்

இவற்றுள் என் சாவும்
ஏதோ ஒன்று
குழுக்கொலை என்று சொல்லுங்கள்
கோழையின் தற்கொலை என்று சொல்லுங்கள்
மாய்மாலம் என்று சொல்லுங்கள்
பொய் தந்திரம் பாவனை
என்றெல்லாம் சொல்லுங்கள்

சொல்லிவிட்டு
உங்கள் அன்றாட வேலைகளைப் பாருங்கள்
நான் செத்த கணத்தின் இருளகற்றி
விண்மீனாக்கி
வானில் பதிக்கிறேன்
அது சொல்லும்
காலகாலத்திற்கும்.

19 — 06 — 15

கடல் அமைதி

செல்லும் இடமெங்கும் விசாரிக்கும் வாய்கள்
வெவ்வேறு நிறங்களில் ஒரே கேள்வி
'கடல் அமைதியாகி விட்டதா?'

கடலை அறிந்தவர்கள்
கடலைப் பார்த்தவர்கள்
கடலைப் பிம்பங்களில் கண்டவர்கள்
அறியாமலும் பார்க்காமலும் காணாமலும்
வெறும் கேள்விப்பட்டவர்கள்
எல்லாருக்கும் ஒரே கேள்விதான்
'கடல் அமைதியாகி விட்டதா?'

'கடல் அமைதியாகி விட்டது' என்கிறேன்
ஆகுமா ஆகுமா
அமைதி ஆகுமா
கடல் அமைதி ஆகுமா

ஆனால் கடல் அமைதியாகிவிட்டது
மேற்பரப்பில் மௌனமும்
ஆழத்தில் ஆர்ப்பரிக்கும் அலைகளுமாய்.

19 — 06 — 15

கசாப்புக்காரன்

கசாப்புக்காரனின் வினைத் திட்பத்தை
அருகிருந்து பார்த்தேன் இன்று

பந்தல் இரும்புத் தூணில்
கட்டப்பட்டிருந்தது ஆடு
வாய்க்கு எட்டும்படி
நீளக் கயிற்றில் தொங்கிற்று பசுந்தழை
முன்னம்பற்களால் தழையை இழுத்துப்
பிடுங்கிக் கொறிப்பதும்
ஒற்றைக் கத்தல் சத்தம் கொடுப்பதும்
வாலை ஆட்டுவதும்
கம்பத்தைச் சுற்றி வருவதும்
என அலுவல் பார்த்துக்கொண்டிருந்தது ஆடு

அதன் கண்களில்
சற்றே கலக்கம் அல்லது வேதனை அல்லது குழப்பம்
அது தண்ணீர்த் தாகத்தால் இருக்கலாம்
புது இடம் இன்னும் பழகாததால் இருக்கலாம்
வந்து செல்லும் ஆட்களால் இருக்கலாம்

கசாப்புக்காரன்
ஆட்டைக் கவனிக்கவேயில்லை

வெட்டரிவாள் கொண்டு
கறித்துண்டுகள் போடுகிறான்
எந்தக் கறிக்கு என்ன வேகம்
என்பதெல்லாம் அத்துபடி
கொழுப்புப் பிசின் படர்ந்த
மரக்கட்டையைச் சுரண்டிச்
சுத்தப்படுத்துகிறது வெட்டரிவாள்

திடுமென ஒரு கணத்தில்
ஆட்டை அவிழ்த்துக் கீழே தள்ளிக்
குரல்வளையில் காலால் மிதித்துக்கொண்டு
ஊட்டியைக் கூர்ங்கத்தியால் அறுக்கிறான்

வெண்ணிறப் பூ விரிந்து
மெல்லச் சிவக்கும் அழகு

பீய்ச்சும் ரத்தத் தேன்துளி
சிறிதும் சிந்தாமல்
பாத்திரத்தில் பிடிக்கிறான்
துள்ளி அடங்கும் உடல்
அவன் பார்வையில் பொருட்டேயில்லை

கசாப்புக்காரன் மேல்
எனக்குத் தீரா அன்பு
கசாப்புக்காரனின் ரசிகன் நான்
கசாப்புத்தான் உயர்கலை

ஆட்டின் ஊட்டி அறுபடுவதைப் பார்த்தபடி
அல்லது
கழுத்தை மிதித்துக் கூர்ங்கத்தியால் அறுத்தபடி
மிச்சக் காலத்தைக் கழித்துவிடலாம்.

13 — 05 — 15

மூச்சுப் பயிற்சி

வழக்கம் போலச்
சாலையின் இடப்புறத்தில்
நடந்துகொண்டிருக்கிறேன்
இறந்த காலத்தில்
வெறுமனே தொலைந்த கணங்களையும்
துயரம் ஏறி மிதித்த நினைவுகளையும்
முன்னோர் வாழ்வின் அற்புதங்களையும்
நிழலடி வெள்ளாட்டுக் குட்டி போல்
மெல்ல அசை போட்டு
நடந்துகொண்டிருக்கிறேன்

நிகழ்காலமும் எதிர்காலமும்
காற்றிலசையும் தொட்டிலாய்
லேசாக வந்து போகின்றன

வழக்கம் போலச்
சில பெருமூச்சுகள் விடுகிறேன்
எங்கிருந்தோ வந்த
காவல் படை
என்னைச் சூழ்ந்துகொள்கிறது

தீயணைப்பு வண்டியின் அவசரச் சங்கென
என் மூச்சுச் சப்தம் எழுந்ததாய்ப் புகாராம்
என் காதுக்கே சரியாய்க் கேட்காத
பெருமூச்சிலா அந்த ஓலம்
அப்படியா அப்படியா என்கிறேன்
எச்சரிக்கிறார்கள் பயமுறுத்துகிறார்கள்
கைது சிறை தண்டனை
எல்லாம் உண்டாம்
வருத்தம் தெரிவிக்கிறேன்
மன்னிப்புக் கேட்கிறேன்

கண்காணித்தபடியே
நடக்க அனுமதிக்கிறார்கள்
முடிந்த வரைக்கும் மூச்சடக்கியபடி
வந்தென் அறைக்குள் விழுகிறேன்
எல்லாவற்றையும் அடைத்துவிட்டு
மெல்ல மூச்சு விட்டுப் பார்க்கிறேன்
பெருமூச்சும்கூட விடுகிறேன்
ஊசி விழுவது போலக்
கொஞ்சம் சத்தம்தானோ

மூச்சுச் சத்தம் வெளியே கேட்டால்
பிறர் காதுகள் காயமாகும்
காது வழி உள்ளே போய்ப் போய்
மனங்கள் புண்ணாகும்

இறந்த காலமோ
எதிர்காலமோ
நிகழ்காலமோ
எதை எண்ணியும்
இனிப்
பெருமூச்சு விடலாகாது
முடிந்த வரைக்கும்
சிறுமூச்சையும் அடக்கிவிடுவது நல்லது
புண்படலாமோ பிறர் மனம்

மெதுவாக
மிக மெதுவாக
மூக்கின் மயிர்க்கால்கூட அசையாதபடி
மெதுவாக
மிக மெதுவாக
மூச்சுவிடப் பழகுகிறேன்

சீராக
மிகச் சீராக
பூவின் இதழைக்கூடத்
தொந்தரவு செய்யாதபடி
சீராக
மிகச் சீராக
மூச்சு விடப் பழகுகிறேன்

கஷ்டம்தான்
எனினும்
மூச்சுப் பயிற்சி அவசியம்
மூச்சுப் பயிற்சி நல்லது.

20 — 06 — 15

ஊளையொலி

சருகுக் கண்களால்
இருள் அடர்ந்த நள்ளிரவைத்
துளைத்துக்கொண்டு
வெறிநாய் ஒன்று நுழைந்தது

அது எங்கிருந்து புறப்பட்டது
யார் ஏவிய அம்பு
ஒருவருக்கும் தெரியவில்லை

அந்நிய தேசச் சதி என்று
அதன் குரைப்பின் மொழியை
உற்றுக் கேட்டோர் ஊகித்தனர்
பழி வாங்கத் துடித்த
பாதகன் ஒருவனின் வளர்ப்பு நாய்
என்றனர் சிலர்

மருந்துகளோடு
நெடுநாள் காத்திருக்கும் வைத்தியரின்
விற்பனைத் தந்திரம் என்றோரும் உண்டு
ஒரே குரலின் எதிரொலியாய்க்
குடிகளைக் குவித்து ஆள
அரசர் அனுப்பிய அரசாங்கத் தூது
என்று சொன்னோரும் கொஞ்சம் பேர்

அது எங்கிருந்து புறப்பட்டது
யார் ஏவிய அம்பு
ஒருவருக்கும் தெளிவாகத் தெரியவில்லை

வெளித் தள்ளித் தரை தொட்ட
நீர் நாக்கோடு
வெறிநாய் ஒன்று நுழைந்தது

எதிர்த்துக் குரைத்தன தெருநாய்கள்
சலனமின்றி முன்னேறிற்று வெறிநாய்
சட்டெனத் திரும்பிச்
சதை கவ்விக் கடித்தோடிற்று வெறிநாய்
பாய்ந்து கவ்வின தெருநாய்கள்
பெருஞ்சண்டையின் இடையே வெறிநாய்
போய்ப் பதுங்கிய இடம் தெரியவில்லை

சிலநாள் அமைதியின் பின்
கடிபட்ட நாய்களும்
கடித்த நாய்களும்
நீர்நாக்கைத் தொங்கவிட்டுத் திரிந்தன
குரைப்பொலி ஊளையிடலாயிற்று

முற்றத்தில் குப்பை கிளறிய
கோழிகளைக் கடித்தன
வரண்ட புற்களைக் கடித்துத் திரிந்த
ஆடுகளைக் கடித்தன
கயிற்றுக்குள் வாழ்வு சுருண்ட
மாடுகளைக் கடித்தன
சுற்றுச் சுவர் தாண்டி
மலம் கழிக்க
வெளிப் போந்த நேரம்
வீட்டு நாய்களைக் கடித்தன
ஊளையொலி மிகுந்தது

அஞ்சிப் பதுங்கினர் மனிதர்கள்
நிலவரம் அறியும் ஆவலில்
வீதிக்கு வந்த மனிதர்கள்
கடிவாயில் ரத்தம் ஒழுக வீடேகினர்

சிலநாள் அமைதியின் பின்
ஒரு மனிதர் இன்னொரு மனிதரை
இன்னொரு மனிதர் வேறொரு மனிதரை
வேறொரு மனிதர் மற்றொரு மனிதரை
மற்றொரு மனிதர் அடுத்த மனிதரை
அடுத்த மனிதர் அதற்கடுத்த மனிதரை
அதற்கடுத்த மனிதர் அதற்கடுத்த மனிதரை
அதற்கடுத்த மனிதர் அதற்கடுத்த மனிதரை
கடித்துப் போகப் போக
எங்கும் ஒரே காட்சி

நீர்நாக்குத் தொங்கல்
ஊளையொலி
வெறிநாய்க் கூட்டம்.

21 – 06 – 15

பேசாமல் வா

எதிர்ப்பு புரட்சி
கலகம்
எல்லாம் இன்று
மதிப்பிழந்த சொற்கள்

காகங்களுக்கிடையே சிக்கிய
கோழிக்குஞ்சாய்க்
குதறலில் சதை பிய்ந்து
சாக வேண்டியதுதான்

ஒன்றும் வேண்டாம் ஐயா
பார்வையாளனாக
வெறும் பார்வையாளனாக மட்டும்
ஓரத்தில் ஒதுங்கியிருந்து
வாழ்ந்துவிட்டுப் போகிறேன்

அது எப்படி
மது விருந்தில்
எல்லாவற்றையும்
வெறுமனே பார்த்துக்கொண்டிருக்கும்
அருந்தாத ஒருவனின்
ஏளனச் சிரிப்பைச்
சகித்துக்கொள்ள முடியுமா?

விரல் நுனி அழுக்கும்
கவனிக்கப்பட்டு
ஊதிப் பெருக்கி
விரலை வெட்டிவிடக்
கத்திகள் குவியும்

பெருமாள்முருகன்

எதிர்த்தால் காணாமல் போவாய்
ஒதுங்கினால் சிதைந்து போவாய்
மோசடி ஏமாற்று
கொலை சுயநலம்
கொள்ளை பொறாமை
எல்லாம் சகஜம்

இனி ஒரே வழிதான்

பேசாமல் வா
எல்லாவற்றிலும்
பங்கேற்பாளன் ஆகிவிடு
சுபிட்சமாக இருப்பாய்.

14 — 05 — 15

எதுவுமே கற்றுக்கொள்ளவில்லை

என் சக இருக்கைக்காரரைப் பார்த்து
எதுவுமே கற்றுக்கொள்ளவில்லை நான்

எல்லாவற்றையும் கற்றுக்கொடுக்கத் தயாராகவே இருந்தார்
தன்னைப் பின்தொடர்ந்து வரும்படி
எனக்கு எத்தனையோ சமிக்ஞைகள் கொடுத்தார்
பரிசீலனையே அற்றுப் புறக்கணித்தேன்

ஒரே அலுவலகம்
அவர் மூத்தவர்
'வேலை எதுவும் செய்ய வேண்டாம்
அவசியமானால் செய்வது போல நடிக்கலாம்
எல்லாரிடமும் சிரித்துப் பேச வேண்டும்
யார் காலை நக்கவும் தயார்'
இதுவே அவர் போதித்த மந்திரம்

ஏதும் செய்யாதோருக்கு
எந்தப் பிரச்சினையும் வருவதில்லை
சும்மா இருப்போர் சுகவாசிகள்

பெண்ணிடம் தவறாக நடந்துகொண்டது
வெளிப்பட்ட ஒருமுறை
தொழிற்சங்கம் ஓடோடி வந்து காப்பாற்றியது
ஆர்ப்பாட்டம் உண்ணாவிரதம்
முழக்கம் வேலைநிறுத்தம்
எதிலும் பங்குபெற்றவரல்ல
எனினும்
தவறாமல் சந்தா செலுத்திவிடும் உறுப்பினர்
'அமைதியான உறுப்பினர்'

அலுவலகம் விட்டால் வீடு
சுற்றுச்சுவருக்குள்தான் எப்போதும் நடமாட்டம்
வளர்ப்பு நாய் போல்
என்ன விளைகிறதென
யாரும் அறிய முடியாத
சிறிய தோட்டம் உள்ளே இருக்கிறது
அதில் நடமாடும்போது அவர் தலை தெரியும்

வீடு கார் ரொக்கம்
பிள்ளைகள் படிப்பு
எதிலும் குறைவில்லை

ரேசன் கார்டு பான் கார்டு
வோட்டர் கார்டு டிரைவிங் கார்டு
ஏடிஎம் கார்டு
(எனக்குத் தெரிந்து மூன்று வங்கிகள்)
மெடிகிளைம் கார்டு
ஐடி கார்டு
(அவ்வப்போது புதிய புகைப்படத்துடன் மாற்றிக்கொள்வார்)

எல்லாம் சரியாக வைத்திருப்பார்
முடிவுத்தேதிகள் மனப்பாடம்
எனினும் மாதத்தின் முதல்வாரம் சரிபார்த்தும் கொள்வார்
சளைக்காமல் திருத்தம் கொடுத்துக் கொடுத்து
விவரங்களைச் சரிசெய்துவிடுவார்
வாக்காளர் அட்டைக்கு மட்டும்
இருபது முறை திருத்தம் கொடுத்தார்
நாட்டிலேயே அவருடையது மட்டும்தான்
சரியானது என்றும் சொல்வார்

எங்கள் ஊரில் முதல்முதல்
ஆதார் அட்டை பெற்றவர் அவர்
அஞ்சலகத்தில்தான்
அப்போதெல்லாம் கொடுத்தார்கள் என்பார்
மின்கட்டணம் கட்டிவிட்டு வந்து
இறுதிநாளை முடிந்தபின் நினைவுபடுத்துவார்
அரசாங்கம் குடிமகன்களுக்குத் தரும்
எந்த அறிவிப்பும்
அவருக்குத்தான் முதலில் வந்து சேரும்
எந்த வரியையும் கட்டணத்தையும்
நாள் தவறிச் செலுத்தியதேயில்லை அவர்

பிள்ளைகளின் திருமணம் பேரன் பேத்திகள்
ஓய்வூதியம் இருநேர நடை
மாதம் ஒருமுறை முழு உடல் பரிசோதனை

நிறைவாழ்வு

அவரிடம் இருந்து எதையுமே கற்றுக்கொள்ளவில்லை நான்
குருவாகி வழிகாட்ட அவர் தயாராகவே இருந்தார்
எனினும்
சிறந்த குடிமகனாக வாழும் வாய்ப்பைத்
தவற விட்டுவிட்டேன் நான்.

14 – 05 – 15

கவிப்பொருள்

இயற்கையின் மேல்
பார்வை புதிதாய்ப் பதிகிறது

எல்லாம் இழந்தவனின்
ஏதுமற்றவனின்
இறந்தவனின்
இறுதிப் புகலிடம் இயற்கை

ஆராதிப்பவனைக்
காதலியைப் போலக்
கை விரித்துக்
கட்டித் தழுவிக்கொள்கிறது
தூற்றுபவனைச்
சேட்டை செய்யும் குழந்தையை
வாரி அணைக்கும் தாய் போல
உச்சி மோந்து அணைத்துக்கொள்கிறது

இயற்கையின் பெருமணம் நுகர
இயற்கையின் பலநிறம் பருக
இயற்கையின் உயிரூற்று நனைய
எல்லாம் துறந்து
இறங்கிச் செல்கிறது ஆடையற்ற மனம்

மழைத்துளி பற்றி விண்ணேகும்
பசுமரம் தாவிக் கிளையேறும்
மலைகளில் பன்றியெனப் புரளும்
வனங்களில் கொடியெனப் படரும்
எல்லாக் கணமும் துள்ளல்
எந்நேரமும் மகிழ்ச்சி
ஆம்
மனித வாடையற்ற
தூய இயற்கையைக்
கவிப் பொருளாக்கச் சொல்கிறது
காலம்.

13 — 05 — 15

●

வானம்

நடந்தும்
எனக்கான வண்டிகளிலும்
இத்தனை காலம் முயன்றும்
கடந்தறிய இயலாத சாலையை
ஒரு பைக் ரேஸ் இளைஞன்
நொடியில் கடந்து செல்கிறான்

பெரும்பாலத்தின் மேலிருந்து
இறக்கை விரித்துக்
கீழே போய் விழுந்தவனும் அவனே

ஆதாரம் அவனென இருக்கும்
பெற்றோருக்கு
என்ன ஆறுதல் சொல்வேன்?
மனம் மறைத்து
முகம் காட்டத் தயங்கி விசும்பும்
அவன் காதலிக்கு வழங்க
சொற்கள் ஏது என்னிடம்?

பறத்தலை அறிய விரும்பியும்
பார்வையாளராகவே
நாள் கழிப்போர் நடுவில்
பறத்தலை முயன்று அறிந்தவன் அவன்
இப்போதும்
எங்கோ பறந்துகொண்டிருக்கிறான்
சிறகுடையவனுக்கே வானம்.

05 – 07 – 15

ஒரே பதில்

இனி என்ன
இதற்கு முன் என்ன
இப்போதுதான் என்ன
என்ன
என்ன என்ன
என்ன என்ன என்ன
குடையும்
எல்லா என்னவுக்கும்
ஒரே பதில்

எதுவுமில்லை.

14 – 05 – 15

யோக்கியம்

நான் யோக்கியம்
என் மனைவியும் யோக்கியம்

என் தந்தை யோக்கியம்
என் தாயும் யோக்கியம்

என் பாட்டன் யோக்கியம்
என் பாட்டியும் யோக்கியம்

என் பூட்டன் யோக்கியம்
என் பூட்டியும் யோக்கியம்

என் பூட்டனின் அப்பன் யோக்கியம்
அவன் மனைவியும் யோக்கியம்

பூட்டனின் அப்பனின் அப்பன் அவன் மனைவி
அவன் அவன் மனைவி
அவன் அவன் மனைவி

எதற்கு?
பூணிட்ட
ஒற்றைக்குறி மட்டுமே அறிந்த
என் பரம்பரையே யோக்கியம்.

14 — 05 — 15

எளிய காரியம்

எல்லாவற்றையும்விடக்
கொலை செய்வதுதான் எளிய காரியம்

கொலையான உடலின்
கண்களைக் கண்டு நீங்கள் ஒளிய வேண்டியதில்லை
உங்கள் நாற்றம் எதுவும்
அதன் நாசிக்குப் பிடிபடப் போவதில்லை
நீல நாக்கும் உலர்ந்த உதடுகளும்
உங்களுக்கு எதிராக
ஒரு சொல்லையும் உதிர்க்கப் போவதில்லை
உங்கள் வெறி முழக்கக் குமிழிகளின்
அனர்த்தச் சத்தம் எதுவும்
அதன் செவிகளில் விழ வாய்ப்பேயில்லை
உங்களுக்கு எதிராக
அதன் விரல் எதுவும் நீளச் சாத்தியமில்லை

வாதம் விவாதம்
எழுத்து கலை
வரலாறு சச்சரவு
ஒற்றுமை வேற்றுமை
ஆய்வு இலக்கியம்
சண்டை சமாதானம்
எல்லாம் வெட்டி வேலைகள்
எல்லாவற்றையும்விடக்
கொலை செய்வதுதான் எளிய காரியம்
பிணங்கள் சிந்திப்பதில்லை.

(கல்புர்கிக்கு)

31 — 08 — 15

கசப்பு

கசப்பு எனக்குப் பிடிக்கும்
எனினும்
அவ்வளவாக உணர்ந்ததில்லை
வதக்கி வேக வைத்த பாகற்காய் கசப்பே அறிமுகம்

மனம் கசந்த அதிகாலைப் புலரலில்
வேப்பங்கொழுந்து பறித்துக்
கையளவு தின்றேன்
வாய் கசப்பு நாக்கு கசப்பு
எச்சில் கசப்பு குரல் கசப்பு
கசப்பை மெல்ல அசை போட்டேன்

கோவணம் கட்டிய மூதாதை ஒருவர்
வழியில் தோன்றி
அன்றாடம் வேப்பிலை தின்றால்
பாம்புக்கடி விஷம்கூட
உடலேறாது என்று சொல்லிச் சென்றார்

தினசரி
வேப்பமரம் ஒன்றையே தின்கிறேன்
உடலையே கசப்பாக்கிக் கொள்வதுதான்
வழி

காற்றும் விஷமாகிவிட்ட காலம்.

14 — 05 — 15

அடையாளம்

பகைச் சதியோ
உறவுத் தந்திரமோ
ராஜ்யபாரம் இழந்து
நாடோடியாய் அலையலானான் அரசன்

சுகபோக வசதிகள் போனது பெரிதல்ல
பயணத்தில் மரங்களை அறிந்தும்
வானைப் பார்த்தும்
மனிதர்களைக் கண்டும்
கோடானு கோடி ஜீவன்களைத் தரிசித்தும்
ஏகாந்த வெளியில் ஆனந்தமாய்த் துயின்றான்

தன் நாட்டில் சத்திரங்கள் சாவடிகள்
அன்னதானங்கள் தண்ணீர்ப் பந்தல்கள்
திண்ணைகள் விருந்தோம்பல்
எல்லாம் நிறைந்திருந்தன
சோற்றுக் கவலையில்லை என்பதுணர்ந்து
கொஞ்சம் கர்வத்துடன்
விண்மீன் பொரித்த
ஆகாயத்தில் மனம் உலாவினான்

ஆற்றில் நீந்திச் சுகிக்கையிலும்
வயல்வெளிகளில் நடந்து இன்புறுகையிலும்
திருவிழாக் கொண்டாட்டக் கூட்டத்தில்
நுழைந்து திரிகையிலும்
சந்தைக் கடைகளிலும் கிராம வீதிகளிலும்
தாடியும் மீசையுமாய்ப்
பரதேசிக் கோலம் காட்டுகையிலும்
ஒரே ஒரு குறைதான், அல்ல, எதிர்பார்ப்பு

எந்த விழிக்கேனும்
அது எதிரியினுடையதாக இருப்பினும்
ராஜ்யபாரம் சுமந்தவனின்
அடையாளம் காணும்
பார்வை தோன்றுமா?

05 — 09 — 15

இங்கே

இங்கே
பிடித்தமானவை ஒற்றை இலக்கத்திலும்
பிடிக்காதவை பெரும் எண்ணிக்கையிலும் இருக்கின்றன

எப்போதாவது வாய்க்கும்
பிடித்தமான ஒன்றிற்காக
பிடிக்காதவற்றுடன் எப்போதும்
உழன்று கொண்டிருக்கிறேன்

பிடிக்காதவையே நிறைந்து புழங்கும் இவ்வுலகம்
எனக்கானதல்ல
எனக்கான உலகத்தைச் சிருஷ்டித்துக்கொள்ள முயன்றே
ஆயுளைக் கழிக்கிறேன்.

23 — 09 — 15

வெள்ளைக் காக்கை

காக்கைப் பெற்றோருக்குக்
காக்கை முட்டைக்குள்ளிருந்து
காக்கைக் கூட்டில்
காக்கைக் குஞ்சாகவே பிறந்தது அது

காக்கையாய் எத்தித் தின்றும்
காக்கையாய்க் கூடிக் கரைந்தும்
காக்கையாய் எங்கும் திரிந்தும்
காக்கையாகவே வாழ்ந்துகொண்டிருந்தது அது

காக்கையின் சாம்பல் இறகோரம்
காக்கைகளுக்கில்லாத வெண்ணிறம் கொஞ்சம்
காக்கைகள் கண்டு கண் சுருக்கின
காக்கை இறகில் சுண்ணாம்புப் படிவெனக் கூறிக்
காக்கைகள் வாஞ்சையாய்த் தட்டிவிட்டன
காக்கைகள் செல்லக் கடிதலுடன் துடைத்தன
காக்கைகள் கோபித்துக் குளிக்க வைத்தன

காக்கை இறகில் வெள்ளை பரவிக்
காக்கை வெள்ளையாகிப் பின்
வெள்ளைக் காக்கை ஆயிற்று
வெள்ளைக் காக்கைக்கு நோயென்று
காக்கைகள் பேசிக்கொண்டன
வெள்ளைக் காக்கைக்குக்
காக்கைகளின் மனம் இல்லையென்று
காக்கைகள் சொல்லித் திரிந்தன

வெள்ளைக் காக்கை இட்ட எச்சம்
காக்கைகளின் எச்சம் போலில்லை என்றது ஒன்று
வெள்ளைக் காக்கை கத்தும் குரல்
காக்கைகளின் கரைதல் அல்ல என்றது ஒன்று
வெள்ளைக் காக்கை பார்க்கும்போது
காக்கைகளைப் போல
ஒருபக்கம் சாய்க்கவில்லை என்றது ஒன்று
வெள்ளைக் காக்கையின் சாயல்
காக்கைகளின் இனமே அல்ல என்றது ஒன்று

பெருமாள்முருகன்

காக்கை இனம் கொக்கின் நிறம்
வெள்ளைக் காக்கை என்ன செய்யும்?
மலை முடியிலிருந்து தலை குப்புற விழுந்து
செத்துப் போகலாம் என்று நினைத்தது
சாகும் துணிச்சல் வரவில்லை
தனியாய் மரத்தில் அமர்ந்து
தனியாய் வானில் பறந்து
தனியாய் உணவெடுத்துத்
தனியாய்ச் சிரித்துத்
தனியாய் அழுது
தனியாய்த் தனியாய் இருந்தது

வெள்ளைக் காக்கையை
எல்லாக் காக்கைகளும்
அதிசயமாய்ப் பார்த்தன
வெள்ளைக் காக்கையோ
உலகையே
அதிசயமாய்ப் பார்த்தது.

24 – 09 – 15

உங்கள் ஆள்தான்

கொஞ்சம் பழைய காலத்து ஆளாக இருக்கிறேன்

நேற்று ஒருவன் காலை இடறிவிட்டேன்
பல் தெறித்து முகம் முழுக்க ரத்தம்
திட்டமிட்டே செய்தேன்
என்றாலும் இரவெல்லாம் கொஞ்சம் தூக்கமில்லை

முந்தாநாள் இரவில் ஒருவன் கழுத்தை நெரித்தேன்
காலில் கழுத்து மிதிபடும் கசாப்புக்கடை ஆடென
அடித்தொண்டையில் வீரிட்டான்
ரசித்துச் சந்தோசத்துடன் கொலை செய்தேன்
என் விரலிடுக்குகளில் இன்னும் கொஞ்சம் ரத்தம் கசிகிறது

இன்று
பலவகைத் திட்டங்களுடன் ஒருத்தியைப்
பின்தொடர்ந்து கொண்டிருக்கிறேன்
கொஞ்சம் சஞ்சலம் இருக்கிறது

இப்போதுதான் புரிகிறது
கொஞ்சம் பழைய காலத்து ஆளாக இருக்கிறேன் நான்
கவலைப்படாதீர்கள்
இந்தக் கொஞ்சத்தை மட்டும் போக்கிவிட்டால் போதும்
உங்கள் ஆள்தான் நானும்.

23 — 09 — 15

பெருமாள்முருகன்

பாவாயி

என் பாட்டி பேர் பாவாயி
அவள் பிறந்த வீட்டுக்காரர்கள் 'பாவு' என்பார்கள்
'எலேய்' என்பது என் பாட்டன் விளி
மூத்தமகளான என் அத்தையின் பெயரைத்தான்
பாட்டனுக்குச் சூட்டியிருந்தாள் பாட்டி
'பொன்னா பொன்னா' என்று
ஓங்கிக் குரலெடுத்து அழைப்பாள்

மடியில் செருகியிருக்கும்
சுருக்குப் பையென முலைகளாட
காட்டுக்குள் திரிந்துகொண்டிருப்பாள்
இடுப்பில் கம்பரக் கத்தியோ
கருக்கரிவாளோ எப்போதுமிருக்கும்

மூத்த பேத்தியான என் தங்கைக்கும்
பாட்டி பேர்தான்

அவளது இருபத்தெட்டாம் வயதில்
வங்கி ஒன்றில் காத்திருந்தபோது
(அன்று வங்கியில் பெருங்கூட்டம்)
'பாவாயி பாவாயி' என்று சத்தமிட்டழைத்தார்கள்

திரும்பி வீட்டுக்கு வந்தவள்
அழுதாள் அழுதாள்
அப்படி அழுதாள்
என் பாட்டி இறந்தபோதுகூட
யாரும் அப்படி அழவில்லை.

●

கொலைக்கூடம்

நிலவொளி எனக்குப் பிடிக்கும்
எனவே
பௌர்ணமி இரவில்
கொலைக்கூடத்தைச் சிருஷ்டித்தேன்
முகங்களைத் தேர்வு செய்யக்
கொஞ்சம் வெளிச்சமும் தேவைதானே

இப்போது
கொலைக்கூடத்தின் மேற்பார்வையாளன் நான்
முதலில் இருந்த பதற்றம்
போகப் போகப் பழகிவிட்டது

மேற்பார்வையாளனுக்கு என்ன பெரிய வேலை?
முன்னிரவில் முகங்களைத் தேர்வு செய்து தருவேன்

எனக்குப் பிடிக்காத தோற்றம்
எனக்குப் பிடிக்காத பார்வை
எனக்குப் பிடிக்காத குணம்
எனக்குப் பிடிக்காத அசைவுகள்
எனக்குப் பிடிக்காத அரசியல்
எனக்குப் பிடிக்காத சாதி
எனக்குப் பிடிக்காத மதம்
எனக்குப் பிடிக்காத அதிகாரம்
எனக்குப் பிடிக்காத இடம்

அடேங்கப்பா
எனக்குப் பிடிக்காதவைதான் எத்தனை
பிடிக்காத என்பதன் பதிலியாகக்
கிடைக்காத என்றும் சொல்லலாம்

ஒவ்வொரு முகத்துக்கும் தக்க கொலைக்கருவியைத்
தேர்வு செய்வதும் நான்தான்
இதை ஒரு போராக நான் பாவிப்பதால்
மரபான வாளையே பெரிதும் தேர்ந்தெடுப்பேன்
கழுத்தறுப்புக்குக் கசாப்புக் கத்தி
முதுகில் குத்தியமைக்குக் கட்டாரி
துரோகத்துக்குக் குறுவாள்
கோள் மூளைக்குக் கருக்கரிவாள்
அற்பத்துக்குத் துப்பாக்கிக் குண்டு
பெருங்குழுவாய் நிறுத்தி வெடிகுண்டு வீசியதும் உண்டு

கொலைக்கூடத்தின் மேற்பார்வையாளனுக்கு
என்ன பெரிய வேலை?
விடிகாலையில் தலைகளை எண்ணி முடித்துத்
திருப்தியுடன் தூங்கச் செல்வதைத் தவிர.

06 — 09 — 15

எத்தனை எத்தனை

இதுவரை
எத்தனை பகல்கள்
எத்தனை இரவுகள்
இந்தப் பூமியில்

அவற்றில்
ஒவ்வொரு உயிரும்
எடுத்துக் கொண்டது
எத்தனை இரவுகள்
எத்தனை பகல்கள்

இன்னும்
எத்தனை இரவுகள்
எத்தனை பகல்கள்
இந்தப் பூமியில்

அவற்றில்
உயிர்களுக்கு மிஞ்சுவது
எத்தனை இரவுகள்
எத்தனை பகல்கள்

என்னுயிர் கண்டது
எத்தனை இரவுகள்
எத்தனை பகல்கள்
இவ்வுலகில்

என்னுயிர்க்கு எஞ்சுவது
எத்தனை இரவுகள்
எத்தனை பகல்கள்

அவற்றில்
கடந்து செல்பவை
கடக்க வேண்டியவை
கடக்கவே முடியாதவை
எத்தனை இரவுகள்
எத்தனை பகல்கள்

எல்லாம் ஒரே மாதிரியானவை
கொஞ்சம்
வெவ்வேறானவையும்கூட.

15 – 05 – 15

●

பெருமாள்முருகன்

மேகம் அருவி

மழைக்காலத்தில்
பெருஞ்சரிவில் இறங்கி
நிமிர்ந்தபோது
வானம் கிழிந்து
மேகம் படர்ந்ததென
நிரம்பியிருந்தது அருவி

ஒற்றை நீர்த்துளியாய்ச் சிறுத்துக் கலந்தேன்

கோடைகாலத்தில்
ராட்சசத் தேனடையாய்க் கரும்பாறை
ஒற்றை விழுதெனத் தொங்கும் நீரோடை

தலைப்பிரட்டையாகி
வாய் திறந்து அண்ணாந்து நின்றேன்

எதையும்
இரண்டு முறை பார்க்க வேண்டும்
என்கிறது மேகம் அருவி.

16 – 05 – 15

வேறுவழி

ஓராயிரம் பேர் சேர்ந்து
ஒரு மரத்தை நகர்த்தினார்கள்
விஷ விருட்சம் என்றார்கள்
பிடிவாதமாய் மண்ணை இறுகப் பற்றியிருந்த மரம்
வேறு வழியற்று இளகிக் கொடுத்தது
மெல்ல மேலெழுந்து கிளைகள் அசைத்துக்
கால்கள் உதைத்துப் பறக்கத் தொடங்கிற்று
பறத்தலை உணர்த்திய தேவர்களை
வாழ்த்தியபடி.

01 – 10 – 15

ஒரே ஒரு நாள்

உங்கள் வாழ்க்கையில்
ஒரே ஒரு நாளை
ஒரே ஒரு நாளை உங்களால்
ஒருபோதும் மறக்க முடியாது
உங்கள் கண்ணெதிரே
நீங்கள் கொல்லப்பட்ட நாள்.

01 – 10 – 15

●

தெளிவு

குழப்பம்தான் எப்போதும்
தெளிவு எப்போதாவது

மேகத்துள்ளிருந்து
மீண்டு வரும் துண்டு நிலவென
இன்று கிடைத்த தெளிவு இது:
கைவிட்ட கை எதுவும்
பிடித்திருந்த கை அல்ல.

01 – 10 – 15

●

போர்

போர்தான் நடக்கிறது
எல்லார் கைகளிலும் ஆயுதங்கள்
நிராயுதபாணியாய்
எதிரில்
மௌனம்.

04 — 10 — 15

●

மகான்கள்

மகான்கள் வருகிறார்கள்
மகான்கள் எதிர்ப்படுகிறார்கள்
மகான்கள் அழைக்கிறார்கள்
மகான்கள் பேசுகிறார்கள்

ஒருவர் மௌனமாக இருக்கிறார்
ஒருவர் லேசாகப் புன்னகைக்கிறார்
ஒருவர் சோகமாக இருக்கிறார்
ஒருவர் கண்ணீர் உகுக்கிறார்

சில சொற்கள் நேராக வருகின்றன
சில சொற்கள் காதுகளைக் கடக்கின்றன
சில சொற்கள் குதூகலம் கொள்கின்றன
சில சொற்கள் மோப்பம் பிடிக்கின்றன

மகான்கள் மெல்ல நகர்கிறார்கள்
மகான்கள் விடைபெறுகிறார்கள்
மகான்கள் பதிவு செய்கிறார்கள்
மகான்கள் காணாமல் போகிறார்கள்

சில காலம் முன்
மகானாகத்தான் இருந்தேன்
நானும்.

01 — 05 — 15

●

கயிறறுந்த ஜீவன்

பேசு பேசு என்கிறார்கள்
சொற்களற்ற ஆதியில்
சும்மா உலாவிக்கொண்டிருக்கிறேன்

சொல் சொல் என்கிறார்கள்
கேள்வியே எழாத
விடைகள் தேவைப்படாத
கானக வெளியில் வெறுமனே
திரிந்துகொண்டிருக்கிறேன்

எழுது எழுது என்கிறார்கள்
எழுத்தின் ஆக்கிரமிப்பு தொடங்காத
தூய உலகின் விளிம்பில் கட்டற்று
ஊஞ்சலாடிக்கொண்டிருக்கிறேன்

கயிறறுந்த ஜீவன்
இழந்த காலத்திற்குள் நுழைந்து போகட்டுமே.

04 — 10 — 15

அவரவர்

நாக்கும் வயிறும் கேட்கப்
பறித்தபோது
பூ பிஞ்சு காய்களோடு
முருங்கைக் கிளை முறிந்தது
ஒரு நொடி ஓலம்

பெருங்கம்பெனிச் செருப்போடு
வேகமாக நடந்தபோது
எறும்புகளும் பூச்சிகளும்
நசுங்கிச் செத்தன
வெறும் மௌனம்

வெகுநேரம் தாலாட்டி
உறங்கச் செய்த குழந்தையை
வழியில் செல்லும்
கனத்த குரல்கள்
திடுக்கிட்டு எழச் செய்தன
வீரிட்ட குரல்

அவரவர் நோக்கம்
அவரவர் பாதை
ஒன்றும் செய்ய இயலாது.

17 — 05 — 15

கார்காலமும் பிடித்திருக்கிறது

திரும்பிவிட்டேன் வீட்டிற்கு
வேனிற்காலத்தில் பிரிந்துபோய்
கார்காலத்தில் திரும்பும்
சங்க காலத் தலைவன் போல

வாசலில் காத்திருந்த
என் மனைவியின் கண்ணீரைத் துடைக்கிறேன்
கொஞ்சகாலம் முன்னால் போய்ச்சேர்ந்த
அம்மாவை நினைத்துக்கொள்கிறேன்
வேனிற்காலத்திற்கும் கார்காலத்திற்கும்
இடையிலான நாட்களைக்
கதையாக்கிச் சொல்கிறேன்
பிள்ளைகள் குதூகலிக்கிறார்கள்
உறவினர்கள்
தயக்கமின்றி வந்துபோகிறார்கள்

மழை பெய்கிறது
ஜன்னல்களுக்குத் திரையிடுகிறேன்
குளிர்மிகும் இரவுகளை
ஆனந்தமாகக் கடக்கிறேன்
அடைக்கலம் தேடிவரும் பூச்சிகளை
மருந்திட்டுக் கொல்கிறேன்
தொந்தரவு ஏதுமில்லை

பொருட்களை எல்லாம்
பூஞ்சையிலிருந்து காப்பாற்றத் துடைக்கிறேன்
துடைத்துக்கொண்டேயிருக்கிறேன்
சுவர்க்கசிவை ஆராய்ந்து அடைக்கிறேன்
ஓட்டைகள் ஏராளம்
அடைத்துக்கொண்டேயிருக்கிறேன்

பொழுது புலர்கிறது
பொழுது சாய்கிறது

மழை பெய்கிறது
அவ்வப்போது திரை விலக்கி
வெளியே பார்க்கிறேன்
மின்னல் ஓடுகிறது வானில்
இடிச் சத்தம் கேட்கிறது

பருவம் மாறும் என்கிறார்கள்
கார்காலமும் பிடித்திருக்கிறது
கார்காலத்தில் வீட்டில் வசிக்கலாமே
என்கிறேன்.

17 – 05 – 15

என்ன செய்ய முடியும்

என்ன செய்ய முடியும்
என்னால்

வேலை குடும்பம் தூக்கம்
சேமிப்பு அடையாள அட்டைகள்
இவற்றுக்குள் சுழலும்
நடுத்தரக் கடைசி நான்

என்னால்
என்ன செய்ய முடியும்

உடன் பயின்றவர்கள் நண்பர்கள்
நண்பர்களின் நண்பர்கள்
உறவினர்கள் தெரிந்தவர்கள்
தெரிந்தவருக்குத் தெரிந்தவர்கள்
அவர்கள் தயவில் பரிந்துரையில்
அதிகம் அலைக்கழியாமல்
வரிசையில் நெடுநேரம் காத்திருக்காமல்
அரசாங்கப் பரிவர்த்தனைகளை
நிறைவேற்றிக்கொள்ளும்
குடிமகன் நான்

என்னால்
என்ன செய்ய முடியும்

கோடைகால வெயிலுக்கு
மின்விசிறிக்கு அடியே
அலுவலக இருக்கை வேண்டும்
மழைக்காலத்தில்
ஒருமணி நேர அனுமதி வேண்டும்
என்பவற்றைத் தவிரப்
பெரிய கோரிக்கைகள்
ஏதும் இல்லாதவன் நான்

என்னால்
என்ன செய்ய முடியும்

செய்தித்தாள்
தொலைக்காட்சிச் செய்திச் சேனல்கள்
விவாதங்கள்
வெள்ளாட்டு மேய்ச்சல்
அரசியல் பேச்சில்
எந்தப் பக்கமும் சாயாமல்
ஆமோதித்தும் சிரித்தும்
சமாளிக்கும் திறன்

எந்தக் கட்சிக்கு
வாக்களித்தேன் என்று
எவரிடமும் சொன்னதில்லை
இதுவரை

கிடைத்ததைக் காப்பாற்றிக்கொள்ளவே
எப்போதும் போராட்டம்
புயல் வெள்ளத்தில்
கிடைத்த மரக்கட்டை பற்றித்
தலைதூக்கி மிதப்பவன் நான்

என்னால்
என்ன செய்ய முடியும்

எல்லாம் அறிந்தும்
அறியாமல்
பாவனை செய்வதைத் தவிர
என்னால்
என்ன செய்ய முடியும்

என்ன செய்ய முடியும்
என்னால்.

18 — 05 — 15

ஒரே ஒரு கோரிக்கை வைக்கலாமா?

எங்கிருந்து ஓடத் தொடங்கினேன்?
இருளில் இருந்தா?
விடியல் ஒளியில் இருந்தா?
எரிக்கும் உச்சியில் இருந்தா?
ஆசுவாச அந்தியில் இருந்தா?
யாருக்கேனும் தெரியுமா?
ஏன் ஓடிக்கொண்டேயிருக்கிறேன்?
பின்னால் துரத்துவது எது?
அகாலத்தில் புறப்பட்ட நாயா?
திரண்டெழுந்து வரும் பேயா?
வெறும் பிரமைதானா? வெறும் பிரமை?
உருவற்ற பிரமை வேகம் எடுக்கும்போது
என் கால்கள் ஈடு கொடுக்குமா?

எதுவரை ஓட வேண்டும்?
ஆயுள் முழுக்கவா?
உலகின் முடிவுவரையா?
துரத்தல் ஓயுமா?
எதற்கும் பதில் இல்லையா?
ஒரே ஒரு கோரிக்கை வைக்கலாமா?
ஒரே ஒரு?
சற்றே நின்று கொஞ்ச நேரம்
மூச்சு வாங்கிக்கொள்ளட்டுமா?

13 – 10 – 15

●

பெருமாள்முருகன்

யாசகம்

என் சொற்கள் உலர்ந்துவிட்டன
ஒவ்வொரு முறை பிறப்பிக்கும்போதும்
வெளியுலகில் முதன்முதலாய்க்
காலடி எடுத்து வைக்கும்
சிசுவின் ஈரப் பிசுபிசுப்புடன்
வெளியேற்றுவதே வழக்கம்

அந்தக் காலத்தின் நினைவு மங்கலாகிவிட்டது
இப்போது பதற்றத்துடன்
சொற்களின் மேல்
எச்சிலைத் துப்புகிறேன்
விரல்களில் தொட்டுத் தடவுகிறேன்
எச்சில் நுரையை அடையாளமாய் வைக்கிறேன்

எதுவும் இயலாதபோது
எதிரில் உள்ள உங்களின் எச்சிலை
யாசகம் கேட்கிறேன்
பரோபகாரிகள் அல்லவா நீங்கள்?

13 – 10 – 15

●

எல்லாம் அறியச் செய்தாய்

நோக்கம்
பரந்த நோக்கம்
குறுகிய நோக்கம்
உள்நோக்கம்
வெளிநோக்கம்
நோக்கத்தின் நோக்கம்
நோக்கமல்லா நோக்கம்

ஒற்றைக் கண்ணியில்
கால் சிக்க வைத்து
எல்லாம் அறியச் செய்தாய்

தண்டனிடுகிறேன்
ஈசனே.

18 — 05 — 15

ஆகுதல்

மூன்று நாட்களாக
மழையைப் பார்த்துக்கொண்டிருக்கிறேன்

சாரல் தூறல்
செல்லச் சிணுங்கல்
மிதம் சீர் வேகம்
தலையில் கல்
இடையிடை மௌனம்

அங்காந்து நிற்கும் உயிர்களுக்கு ஊண்

பெருங்குளத்தில்
நீள்ஆற்றில்
நெடுங்கடலில்
போய்ச் சேர்கிறது வெள்ளம்

ஒரே ஒரு மழைத்துளி ஆகிவிட்டால் போதும்
வானிலிருந்து விழலாம்
கடலில் போய்ச் சேரலாம்.

18 — 05 — 15

குறி பார்த்தல்

ஊர் நகரமாகிவிட்டது
ஆனாலும் ஊராகவே இருக்கிறது
குடியிருந்த பேய்களுடன்
குடியேறிய பேய்கள் கலந்து
கட்டிடங்களில் தலைகீழாய்த் தொங்குகின்றன

வீதிகள் குறுகி
நெரிசல் பெருகி
ரத்தம் நக்கும் நாக்குகள் தொங்க
ஓட்டம் எங்கும் ஓட்டம்
அமைதி இரக்கம்
அருள் கருணை
அன்பு
எல்லாம்
விற்பனைச் சாத்தியமற்றவை எனச்
சாக்கடைக்குள் தள்ளப்பட்டன

மனிதத் தலைகள் விற்கப்படுகின்றன
தலைகளை வீழ்த்தும்
சாத்திரம் கற்பிக்கும் கல்விக்கூடங்கள்
தலைகளின் விலை நிர்ணயிக்கும் முகவர்கள்

யார் தலையும்
எந்நேரத்திலும் வீழ்த்தப்படலாம்
அவரவர் தலையைத் தடவிக்கொண்டே
அடுத்தவர் தலையைக் குறி பார்த்தபடி
கழிகிறது காலம்.

18 — 05 — 15

வன போஜனம் 1

வனத்தில் கொண்டுபோய் இறக்கினீர்கள்
சில்வண்டுகள் ரீங்காரமிட்டும்
பன்னீர் தெளித்தும் வரவேற்கின்றன

பெயர் தெரிந்த மரங்களைப் போலவேயிருந்த
பெயர் தெரியாத மரங்கள்
செடிகள் கொடிகள் பூச்சிகள்
சிறுவிலங்குகள்

எனக்குத் தெரிந்த பெயர்களால்
அடையாளப்படுத்தவும்
கண்டுபிடிப்பை உணர்த்தவும்
பெரிதும் முயன்றேன்
உறுதி செய்யவே முடியவில்லை

ஏமாற்றம் ஏமாற்றம்
பெரும்பரப்பை அடைத்திருந்த
மாமரம் ஒன்றைக் கண்டு குதூகலித்தேன்
இது மாமரம்தான்
சந்தேகமேயில்லை
பழுத்துதிர்ந்த கனி ஒன்றைக் கொடுத்தாய்
'நீலம் பழம்' என்று ஆவலாய்க் கடித்தேன்
புளிப்பு
புளிப்பே உருண்டு திரண்டதென அப்படியோர் புளிப்பு

மூலங்களை வனம் பாதுகாத்து வைத்திருக்கிறது
போலிகளைக் கொண்டாடிக்கொண்டிருக்கிறோம்.

(சி. சந்திரனுக்கு)

20 – 05 – 15

வன போஜனம் 2

வலிய கொடி ஒன்று
முரட்டு மரத்தில் விடாப்பிடியாய்
ஏறுவது போல
மலையிலிருந்து இறங்கும்
காட்டாற்றின் நீர்வழிப் பாதையில்
ஒரு கல்லிலிருந்து இன்னொரு கல்லுக்குப்
பாதம் பதித்தும்
ஒரு கல்லைப் பற்றி இன்னொரு கல்லுக்குத்
தாவிக் குதித்தும்
ஏறி ஏறிப் போனோம்

நீர் வழிக் காட்சிக் கோலங்களின்
வெவ்வேறு ரூபங்கள்
கொட்டும் சிற்றருவியில் ஒரு நனையல்
பிளவில் வேகமெடுக்கும் நீரில் ஒரு கணம்
பாறையில் பரந்தோடுகையில் படுத்துக் குளியல்
சிணுங்கலுடனும் அச்சுறுத்தியும் நீர்
ஒவ்வொரு ரகசியமாய்த் திறந்து காட்டிற்று
கொஞ்சம் கொஞ்சமாய்
நீரைப் பற்றிச் செல்லப் பழகினோம்

நீருக்குள் நுழைந்தேகும் வித்தை
அறிய
நீருக்குள் வசிக்கும் வாழ்வை
அறிய
இன்னும் கொஞ்சம் முயல்வோம்.

(சசிக்கு)

20 — 05 — 15

வன போஜனம் 3

வனம் நடுவே
பெரும்பாறை உச்சிப்
பேய் மரத்தடியில்
பெரியசாமி ஓரிடமும்
கன்னிமார் ஓரிடமும்
பிடித்து வாழ்கின்றனர்

பயமாயிருக்காதா என்றேன்
கையில் வேலுண்டு என்றாய்
துருப்பிடித்த நான்கைந்து வேல்கள்
முன்னால் ஊன்றப்பட்டிருந்தன

வனத்தில்
இடப் பிரச்சினையும்
எல்லைப் பிரச்சினையும்
வரும் வாய்ப்பேயில்லை
எனினும்
யாருக்கு எதுவரை என்றேன்
ஒருவர் வலம் போனால்
இன்னொருவர் இடம் போவார்
முழுக்கவும் சொந்தம் என்றாய்

பொட்டு பூ பழம் கற்பூரம்
வாய் திறக்காத விளக்குக் கூடு
கீழிருந்து மலைவனம் வரும்
மனிதர் ஏற்பாடு

இயன்றவரை யாவரையும்
பிச்சைக்காரர் ஆக்கும் மனிதர்
விடுவாரா

வேலில் கட்டித் தொங்கும்
பாலிதீன் பைதான் உண்டியலாம்
பாலூட்டும் நாய் மடி போலச்
சில்லறைக் காசுகள் புடைத்துப்
பிதுங்கித் தெரிகின்றன

யாரும் எடுப்பதில்லையா என்றேன்
அதுதானே தோன்றும்

போடுவாரே ஒழியக்
கை தொட மாட்டார்
அவ்வளவு பயம் என்றாய்

பெரியசாமியும் கன்னிமாரும்கூடக்
கை தொடுவதில்லை
பெருவனத்தில்
அற்பக் காசு
வெறும் தூசு.

(சாமியார் சக்திவேலுவுக்கு)

21 – 05 – 15

வன போஜனம் 4

தேவதச்சன் செதுக்கிச் செய்த
மாய வாய்க்காலைப்
பாறையில் கண்டோம்
ஆரவாரித்து வரும் நீர்
திடுமென
வாய்க்காலுக்குள் அடங்கிப்
பெருவேகம் கொண்டோடுகிறது
நுரைத்தெழும்பும் அலைகளுடன்
கீழ் நோக்கிச் சரிகிறது

ராட்சசன் நீட்டிய கையில்
நீரேறித் துள்ளிக் குதிக்கிறது
மேகப் பொதியைப் பறித்துவந்து
மேலிருந்து காற்றூதித் தள்ளுகிறது

நீர் வழியில் மிதக்க
ஆசை மீதூஉரிச் சறுக்கி விளையாட
வாய்க்காலின் ஓரிடத்தில்
சட்டெனப் படுக்கிறாய்
நுரை மூடக் காணாமல் போகிறாய்
பாறையோ உடலோ
கொஞ்சம் மினுமினுப்பு
நீரிழுத்துச் செல்லும்
உன்னைக் காண்கிறேன்
சிறிது நேரம்
நீராகி இறங்குகிறாய்
நீ.

(கோபிக்கு)

21 – 05 – 15

●

வன போஜனம் 5

வனமும் காட்டருவியும்
கை விரித்து வரவேற்கின்றன
ஆடைகளை உதறி வரத் தயங்குகிறாய்

இந்த மனிதர்கள்
உனக்குள் ஏற்றிவைத்திருப்பவை இன்னும் எத்தனையோ
நீ உதறத் தயங்குபவை
ஒரே சிலுப்பில் முட்களை உதறிவிடத் தயாராக வேண்டும்

கையைக் குவித்து
அதற்குள் வெளியேறும் நீரைக் காட்டி
இவ்வளவிருந்தால் போதும் ஒரு வீட்டுத் தேவைக்கு
இரு கைக்குள் அடங்கும் நீர் வந்தால்
மூன்றேக்கர் விவசாயம் செய்துவிடலாம் என்கிறாய்

வனத்தில் பிறந்து
வனத்திற்குள் ஓடி
வனத்திற்குள்ளேயே முடிந்துவிடும்
வன வாழ்வு இது

எல்லாவற்றையும் உதறி நின்றால்
வன வாழ்வு
இல்லையேல்
நினைவிலும் சிறை வாழ்வு.

(யுவராஜுக்கு)

21 — 05 — 15

கனவில்

என் கனவில்
என்னைக் கொல்ல வருபவர்களிடம்
'பேசுவோம்' என்று அழைக்கிறேன்
அவர்கள் 'சரி' என்கிறார்கள்.

02 – 11 – 15

முடிவு

அதிக காலமில்லை
எல்லாவற்றிற்கும் தீர்வு கண்டாக வேண்டும்
எல்லாவற்றிற்கும் முடிவு வந்தாக வேண்டும்

நீராலா
நெருப்பாலா

இப்போதைய ஒரே நம்பிக்கை
பூகம்பம்

இயற்கை செய்யும்.

18 – 05 – 15

நான் பேசவில்லை

உங்கள் பகாசுர வயிற்றுக்கு
எவ்வளவு சொற்கள் வேண்டும்

வலுவேற்றிய சொற்களைக் கொடுத்தேன்
பல்லுடைகிறது செரிக்காது
என்றெல்லாம் சொல்லித் துப்பினீர்கள்

நலம் பொதிந்த சொற்களைக் கொடுத்தேன்
அரைத்துக் கூழாக்கி
எச்சில் சேர்த்து
என்மீதே துப்பினீர்கள்
நாற்றம் நாற்றம் என்று
காற்றெங்கும் ஊதினீர்கள்

தயவுச் சொற்களைக் கொடுத்தேன்
அடிமையின் குறுகலை
ஒரே ஏப்பத்தில் கரைத்துவிட்டு
இன்னும் இன்னும் என்றீர்கள்

எல்லாவற்றையும் பிடுங்கிக்கொண்டீர்கள்
ஒரு சொல்லும் அற்ற
வெறும் மடியை விரித்துக் காட்டுகிறேன்
விட்டுவிடுங்களேன்.

05 – 11 – 15

கண்டுபிடிப்புகள்

இந்த நகரத்தில் நெடுங்காலம் வாழ்ந்திருக்கிறேன்
அறிந்தவை அனேகம்
கண்டுபிடிப்புகள் என்றே சொல்லலாம்

குடும்பமே சேர்ந்து
வீட்டுச் சமையல் முறையில்
இட்லியும் சட்னியும் தோசையும் சாம்பாரும்
செய்து விற்கும்
கையேந்தி பவனைக் கண்டுபிடித்தது
எதேச்சையாகத்தான்

பழைய முறையில்
கொழாப்புட்டு செய்பவரின் தள்ளுவண்டி
தினம் ஒரு சாலையில் நிற்கும்
என்றைக்கு எந்தச் சாலை
என்றறிந்ததும்
நகரத்திலேயே அவர் ஒருவர்தான்
கொழாப்புட்டு விற்பனையாளர்
என்றறிந்ததும்
கொஞ்சம் முயற்சி எடுத்துத்தான்

அழைத்தவுடன் வருவதோடு
அக்கறையாய்ப் பேசும் எலக்ட்ரீசியன்
பாட்டிக்கு உடம்பு சரியில்லை என்பதை
எனக்கு ஏன் சொல்லவில்லை
என்று கோபித்துக்கொண்ட கூரியர் தம்பி
எங்கு கண்டாலும் சிரித்துக் கடக்கும்
பழைய பேப்பர்காரர்
ஆறு மாதத்திற்கு ஒருமுறை வந்து
கழிப்பறையைப் பளிச்சிடச் செய்யும் சிந்தாமணியம்மா
தாடியைப் பார்த்துப் 'புல் வெட்டவா பாய்'
என்று அழைத்துக் கேட்கும் மண்வெட்டித் தாத்தா

சிறுசந்துக்குள் மூலிகைப் பொடிகள் விற்கும் ஒரே கடை
வேம்புப் பற்பொடி கிடைக்கும் காந்தி ஆசிரமக் கிளை
பழகிப்போன வண்டி ஸ்டேண்ட்
திருத்தமாயும் கழுத்தைப் பலமுறை திருப்பாமலும்
முடிதிருத்தும் அன்பழகன் நிலையம்

எல்லாவற்றையும்
அப்படியே விட்டுவிட்டு
இன்னொரு நகரத்திற்குக் கிளம்புகிறேன்
அங்கும் போய்
ஒவ்வொன்றையும் கண்டுபிடிக்க வேண்டும்
புதிய கண்டுபிடிப்புகள்
உற்சாகம் தரும்
நிச்சயம்.

21 – 05 – 15

அவசரமில்லை

கிளம்ப முரண்டும் வண்டியை
எரிச்சலோடு
அடித்து அடித்து உதைத்து உதைத்துக்
கிளப்ப முயல்கிறீர்கள்

வண்டி
தான் யாருக்கும் வாகனமல்ல
என்று உணர்ந்திருக்கிறது

உங்கள் வேகத்தைப்
பதற்றத்தைப்
பார்த்துக்கொண்டிருக்கிறேன்
எனினும்
எனக்கு அவசரமில்லை.

05 – 11 – 15

●

இது அவர்களின் காலம்

எனது காலத்தின் பருவங்களை நானறிவேன்
பகல் நீண்ட வேனிற் காலம்
மடி விரிக்கும் கருணையானது
முகில் படர்ந்த கார்காலம்
ஈரமுத்தம் தந்து செல்லும் அன்பானது
என் பனிக்காலம்
புல் நுனியில் தங்கிச் சிலிர்ப்பூட்டும் அருளானது
இப்போது
அனைத்தையும் தீய்க்கும் பனி கொட்டுகிறது

●

விரட்டாதீர்கள்

கோழி
கருச் சுமந்து இடம் தேர்ந்து
காலகாலமாய் இட்ட முட்டைகள்
உடற்சூடு கொடுத்து
உயிர் பிணைத்துக்
கொஞ்ச நாள் காத்திருந்தால்
கலங்கல்
வடிவு கொண்டு தோடுடைத்துப்
பஞ்சு இறகுகளுடன் வெளியேறி இருக்கும்

கொடுங்கை விரித்து வாரிக்கொண்டீர்கள்

அடை காக்கும் கிறுக்குப் பிடித்துக்
கற்களை முட்டையெனக் கூட்டிவைத்துப்
படுத்திருக்கிறது கோழி

இப்போதேனும்
தயவுசெய்து விரட்டாதீர்கள்
உங்களுக்குக் கல்
கோழிக்கு முட்டை.

05 – 11 – 15

●

பன்றிகளைப் பற்றி எனக்கும் தெரியும்

பன்றியைப் பார்க்கும் முன்பே
பன்றிக்கறி எனக்குப் பரிச்சயம்
வெந்த வார்க்கறி
தேங்காய்ச் சில்லெனப்
பல்லுக்கு வாகாகி ருசிக்கும்

கொழுப்பில்
பன்றிநெய் வடித்து
வீட்டில் வைத்திருப்போம்
மாட்டு வைத்தியத்திற்கு ஆகும்
பூச்சிவிரட்டியும்கூட

பன்றி ரட்டியை விலைக்கு வாங்கி
வண்டியில் ஏற்றி வந்து
எருவாக்குவோம்
எல்லாம் நன்றாய் வளரும்
மிளகாய்ச் செடிதான் அபரிமிதம்
புடைத்த உருவம்
பல குட்டி போடும்
பீத் தின்னும்
சாக்கடைக்குள் புரளும்
ஆகவே
பிறரைக் கேவலப்படுத்தப்
'பன்றி' எனத் திட்டலாம்

பெருமாள்முருகன்

இவையெல்லாம் தெரிந்தபோதும்
நேசம் வரவில்லை
பள்ளி செல்லும் வழியில்
திரியும் பன்றிக் குட்டிகளைப்
பெரிதும் விரும்பிப்
பிடித்துத் தரச் சொல்லி
என் குட்டி மகள்
அடம் பிடித்தபோதுதான்
அவற்றை நேசிக்கவும்
கவனிக்கவும் செய்தேன்

சாவி கொடுத்த பொம்மையெனக்
குடுகுடுத்து ஓடும் அழகு
தாய் மடியில் போட்டியிட்டு
ஒய்யாரமாய்ப் பாலூட்டும் அழகு

பருவத்தில் அழகுதான்
பன்றிக்குட்டியும்.

(குவளைக்கண்ணனுக்கு)

22 – 05 – 15

முகமற்றவர்கள்

என் கனவில் வருபவர்கள் பயமுறுத்துகிறார்கள்
பயமுறுத்தும் எவருக்கும் முகமேயில்லை
முகமற்றவர்களை அடையாளம் காண
முயன்று முயன்று பகல்கள் கழிகின்றன

பகலில் எதிர்ப்படும் யாருக்கும்கூட முகமேயில்லை
கண்ணற்றவர்கள் எப்படிப் பார்க்கிறார்கள்
மூக்கற்றவர்கள் எப்படிச் சுவாசிக்கிறார்கள்
வாயற்றவர்கள் எப்படி நுகர்கிறார்கள்
காதற்றவர்கள் எப்படிக் கேட்கிறார்கள்
முகமற்றவர்கள் எப்படி இயங்குகிறார்கள்
எதுவும் எனக்குப் புரியவில்லை

முகத்தை ஆராய்ந்துகொண்டே
முகமற்றவர்களோடு உரையாடுகிறேன்
முகத்தைத் தேடிக்கொண்டே
முகமற்றவர்களோடு நடக்கிறேன்
முகத்தை உற்றுப் பார்த்தபடியே
முகமற்றவர்களோடு வாழ்கிறேன்
எல்லாம் சில கணங்கள்தான்

என் முகத்தைப் பார்த்து
முகமற்றவர்கள் பயப்படுகிறார்கள்
என் முகத்தைக் கண்டு
முகமற்றவர்கள் விலகி ஓடுகிறார்கள்
என் முகத்தைப் பற்றி
முகமற்றவர்கள் ஏராளம் வதந்திகளைப் பரப்புகிறார்கள்
என் நெற்றிப் பரப்பு கேட்டின் விளைநிலம்
என் கண்கள் கொள்ளிகள்
மூக்கு செந்தேள் கொடுக்கு
வாய் கலவர பூமி
காது அழிவின் கொக்கி
என்றெல்லாம் செய்தி வாசிக்கிறார்கள்

கண்ணாடியில் என் முகம் தெரிகிறது
முகமற்றவர்கள் வெறுக்கும் முகம்
முகமற்றவர்களுடன் வாழ முகம் எதற்கு
நகங்களால் முகத்தைப் பிறாண்டுகிறார்கள்
இப்போது கீறல் முகம்
கத்தியால் முகத்தைக் கிழிக்கிறார்கள்
இப்போது ரத்த விளாறான முகம்
பந்தம் வீசி முகத்தைத் தீய்க்கிறார்கள்
இப்போது கருகிய முகம்
கைகளால் முகத்தில் குத்துகிறார்கள்
இப்போது வீங்கிய முகம்

முகமற்றவர்களுடன் வாழ முகம் எதற்கு
எனக்குப் புரிகிறது
முகமற்றவர்களில் ஒருவனாய் மாற
என்ன செய்ய வேண்டும்
என்பதுதான் தெரியவில்லை.

23 – 05 – 15

●

புதிய கதவுகள்

திறந்திருந்த
எல்லாக் கதவுகளையும்
மூடிவிட்டு
உடலைச் சவமாக்கி
வெறுமனே
மழையைப் பார்த்திருக்கிறேன்

கரிக்குருவி ஒன்று
கூரைக்குள் நுழைந்து
அடைக்கலம் ஆயிற்று

அசையும் அதன்
இரட்டை வால் பிளவில்
புதிய கதவுகள்
ஒவ்வொன்றாய்த்
திறந்துகொண்டேயிருக்கின்றன.

24 — 05 — 15

●

புதுமொழி

ஆயுளின் இத்தனை காலத்தில்
செல்வமெனச் சேர்த்துவைத்திருந்த
சொற்பெருக்கை
ஒரே நாளில் தீர்த்துவிட்டேன்

பேசிப் பேசிச்
சொல்லிச் சொல்லி

தேய்ந்தவற்றைத் தட்டித் தட்டி
எத்தனை முறை சீர்படுத்துவது
ஓட்டைகளை அடைக்க
எத்தனை வகைக் களிம்புகளைத் தேடுவது

பழங்குப்பையில்
தூக்கிக் கடாசிவிடுகிறேன்
என் மொழியை

இனிப் புதுமொழி
மௌனம்.

25 — 05 — 15

●

பெருமாள்முருகன்

நிறைவான மரணம்

என் மரணத்தை
நானே பார்த்தேன்

சுகமோ வலியோ
தெரியவில்லை

ராட்சசப் பறவையொன்று
பேரிறக்கை விரித்துப்
பறக்கத் தொடங்கியதை உணர்ந்தேன்
கிளம்பிய புழுதிப்புயல்
பலரைத் தூக்கி வீசியதைப் பார்த்தேன்

வானத்தை இருளாய் மறைத்து
மேலேகிக்
கணமொன்றில் பறவை
மறைந்ததைக் கண்டேன்
பின்
கோடைகால விடியலைப் போலப்
பளிச்சென வானம் தோன்றியது.

25 — 05 — 15

கேள்வி பதில்

பதில் சொல்ல வேண்டும் என
அவனை நோக்கி விரல் நீட்டுகிறார்கள்
கேள்விகள் என அவர்களிடமிருந்து வருவன
அனைத்தும்
ஏற்கனவே தயாரிக்கப்பட்ட பதில்கள்

அவனிடமிருப்பவை எல்லாம் கேள்விகள்
பதில்களைப் போன்ற கேள்விகள்
பதில் கேள்வியாகிறது
கேள்வி பதிலாகிறது

கேள்வி கேள்வி
பதில் பதில்
கேள்வி பதில்
பதில் கேள்வி
பதில் பதில்
கேள்வி கேள்வி

பதில் உண்டா
கேள்விதானே எல்லாம்?

27 — 05 — 15

எல்லாவற்றிலும்

என் நாடு என் நகரம்
என் ஊர் என் வீடு
என் நிலம் என் கிணறு
என் மரம் என் செடி

என் தாய் என் தந்தை
என் காதலி என் மனைவி
என் மகள் என் மகன்
என் மக்கள் என் உறவு

என் பேனா என் புத்தகம்
என் உடை என் நகை
என் இடம் என் பொருள்
என் வேலை என் பொறுப்பு

என் அதிகாரம் என் வெற்றி
என் மொழி என் எழுத்து
என் கதை என் பாடல்
என் மூளை என் உள்ளம்

என் கை என் குறி
என் நாள் என் வாரம்
என் ஆண்டு என் ஆயுள்
என் சிந்தனை என் கழுதை

என் கருத்து என் நாய்
என் மதிப்பு என் மரியாதை
என் மதம் என் சாதி
என் இனம் என் குலம்
என் மயிர் என் மண்ணாங்கட்டி

எல்லாவற்றிலும்
'என்'னை நீக்கிவிடவும்
வெற்றுச்சொல்.

28 — 05 — 15

●

ஒற்றை விறகு

தெரிந்துகொண்டேன்
என்ன செய்ய வேண்டும்
எனத் தெரிந்துகொண்டேன்

அரசியல்வாதி அதிகாரி
உறவு நட்பு
உடன் வேலை செய்வோர்
வீதியில் போவோர் வருவோர்
திருவாளர் பொதுஜனம்
எல்லாருக்கும்
பீடித்திருப்பது ஒரே நோய்தான்
அதைத் தீர்ப்பது எளிது
மிக எளிது மிகமிக எளிது

புகழ் மொழிகள் அனைத்தையும்
சிறு சுள்ளிகூட விடாமல்
பொறுக்கிச் சேர்த்து
விறகுக் கட்டென வைத்துக்கொண்டிருக்கிறேன்
ஆளைப் பார்த்து
நேரம் பார்த்துக்
கட்டிலிருந்து ஒன்றை உருவி வீசுகிறேன்

எந்தப் பேருருவத்தையும் கம்பீரத்தையும்
ஒற்றை விறகு வீழ்த்திவிடுகிறது

நேரடித் தாக்குதல்
தயக்கமே கூடாது

வஞ்சப் புகழ்ச்சி
விமர்சனம்
கேலி கிண்டல்
என ஏதேனும் மாறுபட்ட தொனி
என் மொழியில் ஏறிவிட்டால்
பொறுக்கவோ
சகிக்கவோ
வஞ்சம் தீர்க்கவோ
மனதில் கறுவவோ
வேண்டாம்
வேண்டவே வேண்டாம்

உடனே
என்னைச் செருப்பாலடி.

29 – 05 – 15

வெறும்தாள்

கனவில்
தேர்வெழுதிக்கொண்டிருக்கிறேன்

முன்னிருக்கும் வினாத்தாள் முழுக்கக்
கோடிட்ட இடங்களை நிரப்பச் சொல்லும்
வினாக்கள்

இயல்பில் அவை வினாக்கள் ஆகா
நினைவைச் சோதிக்கும் வாக்கியங்கள்
சிந்தனையைக் கோரி
அனுபவத்தை நோக்கி வீசப்பட்ட அம்புகள்
ஏற்கனவே யாராலோ
முடிவு செய்யப்பட்ட விடைகளை
மறைத்துவைத்திருக்கும் கருங்கோடுகள்

கோடுகளைப் பிரித்து விடைகளைத் தேடுகிறேன்
சில கோடுகளை அழுந்த விளம்புகிறேன்
தாள்களைப் புரட்டுகிறேன்
எங்கும் கோடுகளே தெரிகின்றன
முன்பின்னான சொற்களும் மறைகின்றன

ஏதும் எழுதா வெறும் தாளையே
திரும்பக் கொடுக்க நேருமோ என
அஞ்சி வியர்த்த வேளையில்
விழித்திருக்கிறேன்.

31 – 05 – 15

பெருமாள்முருகன்

துணை

அடுக்குமாடி வீடுகளின்
குளியலறைகளில்
காற்று விசிறிகளைப் பொருத்திய
பொறியாளர்கள் கருணையானவர்கள்

விசிறிக்கான உருளைப் பொந்தில்
மாடப்புறா கூடு கட்டுகின்றது
முட்டை யிடுகின்றது அடை காக்கின்றது
குஞ்சு பொரிக்கின்றது வளர்க்கின்றது
ஒன்று வெளியேறிய பின் இன்னொன்று

நீங்கள் குளியலறைக்குள் புகும்போது
அது அச்சப்படுகின்றது
சில சமயம் பறந்து வெளியேறுகின்றது
கொஞ்சம் கொஞ்சமாய்
இணக்கம் கூடி
ஒலிகள் பரிச்சயமாகிவிட்டால்
நீங்கள் புறாவை அன்போடு பார்க்கலாம்
புறா உங்களைப் பிரியமாய்ப் பார்க்கும்

விசிறிக் கம்பிச் சந்தில்
புறா அலகு நீட்டி
உங்கள் நிர்வாணத்தைக்
குனிந்து பார்க்கும்போது
வெட்கப்படாதீர்கள்
தனித்திருக்கும் உங்களுக்குப்
புறாதானே துணை.

31 — 05 — 15

விசித்திரங்கள்

எல்லாம்
படைப்பின் விசித்திரங்கள்

O

நானிருக்கும் ஊரில்
ஒருவருக்கு இலைக் காதுகள்
ஆமணக்கு இலை போல
விரிந்து படர்ந்திருக்கும் காதுகள்

கண் அளக்கும் தூரம் வரை
நிகழும் கிசுகிசுப்பொலி உட்பட அனைத்தையும்
ஈர்த்துக்கொள்ளும் அவை
கண்ணுக்கு எட்டாத் தொலைவில்
நிகழும் பேச்சொலிகளையும் கிரகிக்கும் அவை

காதை அறுத்துவிடும் எண்ணத்தில்
கருக்கரிவாள் கொண்டு சென்றவர்கள் எல்லாம்
கிரகிப்பின் சில சீழ்த்துளிகள் சிந்தக் கேட்டுக்
காதுகளுக்கு ஆராதனை செய்து திரும்புவர்

O

நானிருக்கும் ஊரில்
ஒருவருக்கு மிளகாய் மூக்கு
குடைமிளகாயைத் திறந்துவைத்தது போலப்
புடைத்துப் பெருத்திருக்கும் மூக்கு

மோப்பத்தில் நாய் தோற்றுவிடும்
காற்று கொண்டுவரும் வாசனைகளை இனம் பிரித்துப்
பிரத்யேக மணத்தைக் காட்டும் அது
குளித்த உடல் குளிக்காத உடல்
முந்தைய இரவின் புணர்ச்சி வாசம் படிந்த உடல்
பேதம் காட்டிச் சட்டெனச் சுட்டும் அது

மூக்கை அரிந்துவிடும் கோபத்தில்
கத்தியோடு போனவர்கள் எல்லாம்
பிண ஊதுவத்தி நாற்றத்தில் மயங்கி
மூக்குக்கு மலர் தூவி வணங்கி வருவர்

◯

நானிருக்கும் ஊரில்
ஒருவருக்குத் தீக்கண்கள்
பனிக்கால நள்ளிரவில் குளிர் காய மூட்டும் தீப் போல
விழித்தெழுந்து நிலைத்திருக்கும் கண்கள்

எங்கும் நடமாடி யாருமறியாக்
காட்சிகளைப் பிடித்து வரும் அவை
யார் யாருடன் சேர்ந்து
எங்கே எப்போது எவ்வளவு நேரம்
என்பதைப் படமாக்கிக் காட்டுவதில்
அபரிமிதத் தேர்ச்சி கொண்டவை அவை

கண்களைப் பிடுங்கிவிடத் திட்டமிட்டு
ஈட்டி ஏந்திச் சென்றோர் எல்லாம்
நீலப்படக் காட்சி ஒன்றில் கிறங்கிக்
கண்களுக்கு வாழ்த்து மடல் வாசிப்பர்

◯

நானிருக்கும் ஊரில்
ஒருவருக்குச் சதையுடல்
ஓட்டுக்குள் ஒடுங்கும் நத்தை போலத்
தொடுதலுணர்ந்து சுருங்கிக்கொள்ளும் உடல்

விரலோ ஊசியோ மரக்குச்சியோ
தீண்டுமுன் சிலிர்த்து நிற்கும் அது
உணர்கொம்புகளென மயிர்கள் எழுந்து
எந்நேரமும் விடைத்திருக்கும் அது

வெளியே இழுத்துவரும் வேகத்தில்
ஊசி நீட்டிச் சென்றோர் எல்லாம்
கவசப் பாதுகாப்பின் மகிமை கண்டு
உடலைப் போற்றித் துதித்து மகிழ்வர்

◯

கோழையின் பாடல்கள்

நானிருக்கும் ஊரில்
ஒருவருக்கச் சிறுவாய்
தேவைக்கேற்பச் சுருங்கி விரியும் மலவாய் போல
அத்தனை சுருக்கங்கள் கொண்ட வாய்

லேசாக விரியும் சமயம்
சத்தமின்றிக் காற்றைப் பிரிக்கும் அது
கொஞ்சம் கூடுதல் என்றால்
ஒலியுடன் வாயுவை வெடிக்கும் அது
விதவிதமாய் விரிந்து மலமும் கழிக்கும் அது

நாற்றம் சகிக்காமல் உதடு நறுக்கும் தீவிரத்தில்
கத்தரி எடுத்துச் சென்றோர் எல்லாம்
மலத்தில் நெளியும் புழுக்களின் வசீகரம் கண்டு
மல்லாந்து வீழ்ந்து மூழ்கிக் கிடப்பர்

○

படைப்பின் விசித்திரங்கள்
எல்லாம்
நானிருக்கும் ஊரில்
எனக்கு எது
விசித்திரம் அறியும்
விசித்திர மனம்தானோ?

11 – 06 – 15

ஒருசேர

சிறு சூறாவளி எல்லாவற்றையும்
கலைத்துப் போட்டுவிட்டது
மரங்கள் கிளை பிய்ந்து நிற்கின்றன
இறக்கை கிழிந்த பறவைகள்
தரையில் துடிக்கின்றன
நாய்ப் பிணங்கள் எங்கும் நாறுகின்றன
சடலத்தின் மீது போர்த்திய வெள்ளைத் துணியென
வெளிச்சம் படர்கிறது
சாக்கடைப் புழுவென நெளிகிறது என் பார்வை
எல்லாக் காதலையும் ஒருசேர
இழந்து.

12 – 06 – 15

உருமாற்றம்

ஓடையில் நீராடி நன்னீர் அருந்தி
நிலமணம் மோந்து
கிழங்கு கெல்லி உண்டு
நிழல் அடர்புதரில் விழி கிறங்க உறங்கிப்
பெருந்திரள் சுற்றம் சூழ உலவிக்
காதல் புரிந்து குட்டிகள் ஈன்று
பசிப்பகை வென்று
திசையறியாக் கானில்
அநாதிக் காலம்
செம்மாந்து வாழ்ந்திருந்தது காட்டுப்பன்றி

காட்டு மல்லிக் கொடிமேல்
புரண்டு விளையாடிய குட்டிகள் இரண்டை
வலை விரித்துப் பிடித்து
ஊர் ஏகினான் வேட்டைக்காரன்
பூங்குழந்தைகள் எனக் கொஞ்சிப் பாலூட்டித்
தாயாகி வளர்த்தாள் அவன் மனைவி
காடு நீங்கி ஊர் சுற்றி
வளர்ந்து பெருகிற்று பன்றிப் பரம்பரை

சாக்கடை நீராடிக் கழிநீர் அருந்தி
மலமணம் மோந்து
சாம்பல் கிளறி உண்டு
படல் சூழ்கொட்டில் படுத்துறங்கிப்
பெருந்திரள் சுற்றம் பெருக்கிக்
கலவி புரிந்து குட்டிகள் ஈன்று
மாமிசப் பலியாகித்
திசை தெளிஊரில்
காலம் உருட்டி
நாட்களை நகர்த்துகிறது ஊர்ப்பன்றி

காட்டுப் பன்றி ஊரறியாது
ஊர்ப் பன்றி காடறியாது.

13 — 06 — 15

பிரார்த்தனை

போதும் போதும்
கொடுத்தது போதும் போதும்
போதும் போதும்
எடுத்தது போதும் போதும்
போதும் போதும்
இருப்பதை விடு
இருக்கும்படி விடு
இருக்க விடு
விடு விடு
விட்டு விடு
விடு
போதும் போதும்
எல்லாம் போதும்
போதும் போதும்
போ தும் போ தும்
போ தும்
போ
தும்
போ போ
தும் தும் தும்
தும் தும் தும்
தும்
ம்
ம்ம்
ம்ம்ம்.

13 — 06 — 15

சொல்

எதைப் பற்றி வேண்டுமானாலும் சொல்

ஆத்திகம் நாத்திகம்
சாதி மதம்
இனம் மொழி
கடவுள் மிருகம்
நிலம் கடல்
உழவன் தொழிலாளி
அரசு கட்சி தலைவர்
சுற்றுச்சூழல் தீவிரவாதம்
இயற்கை வேளாண்மை
கருப்புப் பணம் தேர்தல்
இலக்கியம் கலை இசை
ஆராய்ச்சி அறிவியல்
பதவி பொறுப்பு புண்ணாக்கு

எதைப் பற்றி வேண்டுமானாலும் சொல்

என் சொல்லை
நீ சொல்

13 — 06 — 15

இருமுறை மும்முறை

நேற்று
நேசத்திற்கு உரியவையாக இருந்த அனைத்தும்
இன்று சலித்துவிட்டன
நேசமே சலித்துவிட்டது
அன்றாட அலுவல் குறிப்பில்
எழுதாத இடைவெளிகள்
நேசத்தின் நேரமாயின
தீர்ந்துவிட்ட பதற்றம் கூடி
அவ்வப்போது நினைவேற
டாப் – அப் செய்துகொள்கிறேன்

நேசத்தை
உதறிவிடவும் இயலவில்லை
அதனிடத்தை நிரப்பும் பதிலி
வெறுமை

தினம்
பல் துலக்குவதைப் போல
நேசமும் பழக்கமாயிற்று
சிலநாள்
இருமுறை மும்முறை பல் துலக்குகிறேன்.

14 – 06 – 15

பூங்குயில்கள்

பால்யத்தில் விளையாடிய நினைவின்
துருவகற்றித் துடைக்கப் பார்க்கிறேன்
லேசான கீறலில் மின்னும்
வெளிச்சம் பிடித்துத் தொடர்கிறேன்

அடர்ந்த கனகாம்பரம்
திராட்சைப் பந்தல்
ஒற்றைத் தென்னை
என விரியும் சிறுதோட்டம்
கீச்சிடும் அணில்கள்
நேரத்திற்கு வரும் காக்கை
குட்டிக் கிணற்றுக்குள் அழைக்கும் தவளை
அவற்றுக்கிடையே
பூந்தடங்கள்
பூம்பாதங்கள்
பூங்கைகள்
பூவாய்கள்
பூவுடல்கள்
பூஞ்சிரிப்புகள்
எங்கும் பூஞ்சுடர்கள்

சுடர் கிள்ளி நெஞ்சிலேற்றி
உன்னைக் காண வருகிறேன்
இன்று.

(புஷ்பாக்காவுக்கு)

14 — 06 — 15

பெருமாள்முருகன்

நாட்காட்டி

அறைக்குள்
மின்விசிறியைப் போட்டதும்
நாட்காட்டித் தாள்கள் படபடக்கின்றன

மாதம் கலைந்து
நாட்கள் குழம்பித்
தவிக்கிறது நாட்காட்டி
எனினும்
அதன் இருப்பொலி
வேர்வை துடைத்து
அழுக்ககற்றி எனக்கு
ஆசுவாசம் தருகிறது

சரசரப்பு
தொணதொணப்பாய் மாற
எதிரில் உட்கார்ந்து
நாட்காட்டி எனக்கீந்த
அன்றைய நாளைத் திறக்கிறேன்

ஆரவாரம் படிப்படியாய் அடங்கிப்
பள்ளிப் பிள்ளையெனக் கைகட்டி
வாய் மேல் விரல் வைத்துப்
பார்த்தும் கேட்டும்
தியானத்தில் ஆழ்கிறது
நாட்காட்டி.

15 — 06 — 15

பெருங்குழந்தை

குழந்தை சந்தோசமாக விளையாடப்
பொம்மை போதுவதில்லை
இன்னொரு குழந்தையும் தேவை
முதல் குழந்தை
அல்லது
ஒற்றைக் குழந்தை
இருக்கும் மாநகர வீடொன்றில்
அம்மா அப்பா
பாட்டி தாத்தா ஆயம்மா வேலையாள் விருந்தினர்
யாரோ ஒருவர்
இன்னொரு குழந்தை ஆகிறார்கள்

இரு குழந்தைகளும்
பந்துருட்டிக்
காரோட்டிக்
கலைத்து அடுக்கி
தூக்கி எறிந்து
துள்ளி ஓடி
விளையாடுகிறார்கள்

கொஞ்ச நேரத்தில்
சிறுகுழந்தை
தரையில் படுத்துத் தூங்கிவிடுகிறது
பெருங்குழந்தை மட்டும்
தனியாக
விளையாடிக்கொண்டிருக்கிறது
சந்தோசமாக.

15 — 06 — 15

உன் அறை

உன் அறையை
நான் கண்டதில்லை
உன் விவரிப்பிலிருந்து
ஓரளவு ஊகிக்கிறேன்

அது
மண்ணிலுமில்லை
விண்ணிலுமில்லை
அந்தரத்தில் இருக்கிறது

அதற்குக்
கதவுமில்லை
ஜன்னல்களும் இல்லை
சுவர்கள் மட்டுமே

உள்ளிருக்கும்
பொருள்கள் பற்றி
எனக்கு எந்த அனுமானமும் இல்லை
நானறியாப் பொருள்கள் இருக்கக்கூடும்

உன் அறைக்குள்
நான் மட்டுமல்ல
நண்பரோ உறவினரோ
விருந்தினரோ
எவரும் நுழைந்ததில்லை
யாரையும் நீ அழைத்ததில்லை
வருவதாக
யாரேனும் சொன்னால்
பதறித் தவிர்ப்பாய்

ஆலோசனையை நீ விரும்புவதில்லை
புனரமைப்பு உனக்குப் பிடித்தமல்ல

எப்படியோ உள்ளே நுழைகிறாய்
காற்றுடன்
எப்படியோ வெளியே வருகிறாய்

உண்மையில்
இருக்கிறதா உனக்கென்று
ஓர் அறை?

16 – 06 – 15

●

வந்த வழி

அடுக்கு மாடியில் குடியேறியபோது
எறும்புகள் உடன் வந்தன
கொஞ்சம் பொறுத்துக்
கரப்பான்களும் பாச்சைகளும்

சிலருக்கு மீன்கள்
சிலருக்கு நாய்கள்
பூனைகளின் கத்தல்
தரையோடு சரி

புறாக்களுக்கும் காகங்களுக்கும் வசதி
எட்டிப் பார்த்தால்
ஏதோவொரு ஜன்னல் பரப்பில்
உட்கார்ந்திருக்கின்றன

இரவு மழை பெய்தபின்
இரண்டு குட்டித் தவளைகள்
வீடெங்கும் உலவுகின்றன
வந்த வழி எது
ஒன்றும் புரியவில்லை

மேகத்திலிருந்து குதித்து
மழைச் சாரல் வழி
உள்ளே புகுந்திருக்கலாம்
என்று முடிவு செய்தோம்.

16 – 06 – 15

மகுடம்

இன்று எனக்கு மகுடமேறியது
வனப் பூக்களின் மாறாத வாசனை கொண்டு
காற்றால் புனைந்த மகுடம்
இனி அதிக தூரமில்லை
இழந்த ராஜ்ஜியமும்
வந்து சேர்ந்துவிடும்.

08 — 11 — 15

பிரிவின் கரையில்

எளிதில் கடக்க இயலாப்
பிரிவின் கரையில் நின்று
இன்று என் மனைவிக்கு
ஒரே ஒரு முத்தத்தைப்
பரிசாக அனுப்பிவைக்கிறேன்
வேறொன்றையும் எதிர்பார்க்க மாட்டாள்
என்னும் நம்பிக்கை இருக்கிறது
என்னால் இயன்றதும் இதுதான்.

10 — 11 — 15

கோப்பைகள்

ஐம்பதாம் வயதுக்குள் நுழைகிறேன்
பருகித் தீர்த்த கோப்பைகள்
பல வண்ணங்களில்
என் முன் கிடக்கின்றன

எதுவும் இனி உதவப் போவதில்லை
எனினும்
வாழ்வின் மீதான காதல்
இன்னும் கொஞ்சம் மீதமிருக்கிறது

அதைப் பருக
ஒரே ஒரு கோப்பையைத் தேர்ந்தெடு
என்றால்
எதை எடுப்பாய் என்கிறது காலம்

குழப்பமேயில்லை
நடக்கும் அம்மாவின் இடுப்பில்
கொட்டை பிதுங்க
உட்கார்ந்து கவ்விச் செல்லும்
படம் பதித்த
அந்த நான்காம் கோப்பை.

10 — 11 — 15

மூக்கைப் பொத்துதல்

திரையில் இலக்கியத்தில்
நாடகத்தில் வீட்டருகில் கிணற்றோரத்தில்
எங்கும்
நல்லொழுக்க நாயக பிம்பமே
ஆட்சி செய்த காலத்து வளர்ப்பு நான்

தீயொழுக்கப் புகை எழுந்து வரும்போது
அதைத் திரட்டிக் குட்டிப் பிசாசென உருமாற்றி
ஒற்றை ஜாடிக்குள் அடைத்து மூலையில் வைத்தேன்

நல்லொழுக்கத்திற்குப் பங்கம் ஏதுமில்லை
அது தன் வாசனையை எங்கும் படர விட்டிருக்கும்போது
ஜாடிக்குள்ளிருந்து மெல்லிய குசு புறப்பட்டு
வாசனைக்குள் ஊடுருவும்
முதலில் நான் மூக்கைப் பொத்திக்கொள்வேன்
ஒவ்வொருவரும் இப்படி ஒரு ஜாடியைப் போஷிப்பதால்
அவரவர் மூடியைச் சரிபார்த்துக்கொள்வர்

திரையில் இலக்கியத்தில்
நாடகத்தில் வீட்டருகில் கிணற்றோரத்தில்
எங்கும்
தீயொழுக்க பிம்பத்தின் காலம் இது

பெருமுயற்சிக்குப் பின் நல்லொழுக்கத்தை
ஜாடிக்குள் அடைத்து இடம் மாற்றினேன்

இப்போதும் ஜாடிக்குள் இருந்து புறப்படும் குசுவுக்கு
மூக்கைப் பொத்திக்கொள்ளவே வேண்டியிருக்கிறது
ஆனால், கொஞ்சம் சந்தோசமாக.

08 – 12 – 15

●

அனைவருக்கும்

எல்லா ஜன்னல்களையும்
கதவையும் திறந்து வைத்து
இருளாய் உட்கார்ந்து
மழையைக் கேட்டுக்கொண்டிருக்கிறேன்
பாடல் லயத்தில்
சற்றே கண்ணயர்கிறபோது
குளிரை அனுப்பிக்
கிச்சுக்கிச்சு மூட்டி
எழுப்புகிறது மழை
துணை தேவை
அனைவருக்கும்.

10 – 11 – 15

உள்ளே இல்லையா?

பத்து நாட்களாகத் தீவுக்குள் இருக்கிறேன்
சுற்றிலும் மழை வெள்ளம் ஏறி வருகிறது
எந்த நொடியிலும் என் காலடி தொடலாம்

மொட்டை மாடியில் நின்று
தூரக் காட்சியாய் வெள்ளத்தைக் காண்கிறேன்
அண்மை தொலைக்காட்சியில்
மூழ்கிய கட்டிடங்கள் ஒற்றைத் துவார மூக்கில்
மூச்சு விட்டபடி நிற்கின்றன
ஓலமிடும் குரல்கள் அலையென வந்து சேர்கின்றன

வெள்ளத்தின் கால்கள் எதுவரை எட்டி வைத்திருக்கிறதென
அவ்வப்போது பரிசோதித்து நிம்மதியாகிறேன்
பத்து நாட்கள் முப்பது வேளைகள்
மும்மூன்று தேநீர் நேரம்
மின்சாரம் திரைப்படம்
பகிரப் பக்கத்து வீட்டுக்காரர்கள்
எல்லாவற்றையும் திட்டமிட்டுக் கடவுள்
எப்போதோ அனுப்பி வைத்துவிட்டார்
என் வேலை எடுத்துக்கொள்வதுதான்

பதற்றம் இருப்பினும் எடுப்பதில் ஏதும் குறை வைக்கவில்லை
இதுவரை கேட்டிராத அதிகனமழைச் சத்தம்
கொஞ்சம் பயத்தைத் தந்து பின் தாலாட்டாகிவிடுகிறது

செல்பேசியில் என்னை அழைத்து விசாரிப்போர்
ஏமாற்றம் அடையாமல் இருக்க
விசனக் குரலில் 'சுற்றிலும் வெள்ளம்தான்' என்கிறேன்
'உள்ளே இல்லையா' என்கிறார்கள்
எதிர்பார்ப்பும் ஏமாற்றமுமாய்

என்ன செய்வேன்
இல்லையே கருணை இல்லையே
என் கால் தொட வெள்ளத்திற்குக்
கருணை இல்லையே.

08 – 12 – 15

●

பெருமாள்முருகன்

அறுந்த கால்

பசுங்காலையில் இரை தேடி முடித்து
ஓய்வாய் மாடி நிழல் கம்பியில்
வந்து உட்காரும்/நிற்கும் ஒற்றைக் கால் காகம்

அறுந்த கால் பல்லி வாலென அந்தரத்தில் துடிக்கும்
பிறப்பே அவ்விதமா
பாதியில் நேர்ந்ததா
ஒற்றைக் காலால் சமாளிக்க முடிகிறதா
பறக்கும்போது ஒன்றும் பிரச்சினை இல்லையா
இரவு முழுதும் எப்படி ஒற்றைக் காலால்
உட்கார/நிற்க முடிகிறது

எச்சமிட்டாலும் துரத்தாத
என்னை நோக்கிப் பேச ஆரம்பித்தது
கேள்விகள் விசாரிப்புகள் பகிர்தல்கள் எனப்
பதிலுக்கு நானும் பேசுகிறேன்

காகம் இப்போது தினமும் வருகிறது
அறுந்த கால் வாயில் என் வார்த்தைகள் போய் முட்டி
இரட்டைக் காலில் உட்கார்ந்திருக்கிறது/நிற்கிறது
ஒற்றைக்கால் காகம்
இல்லையில்லை
காகம்.

09 – 12 – 15

●

மனத்தை எழுப்புதல்

மழைநாளில்
மூலை கண்டு
உடல் சுருட்டிப் படுத்துக் கிடக்கும்
நாய்க்குட்டியைத் தினமும் எழுப்புகிறேன்

மெல்லத் தொடங்கி
இடிச்சத்தம் எனப் பெருகும்வரை அழைக்கிறேன்
சிறு அசைவுமில்லை
அருகில் சென்று தொட்டு அசைக்கிறேன்
உடலுக்குள் முகம் செருகி இறுக்கம் கொள்கிறது

எரிச்சலில் ஓங்கி அறைந்து
எழுந்து எட்டி உதைக்கிறேன்
லேசான முனகல் மட்டும் கேட்கிறது

தண்ணீரைக் கொட்டிப் பார்க்கலாமா
தலையில் கல்லைப் போட்டுக் கொல்லலாமா

எழுப்புதல்
கொலை வரைக்கும் போனபின்
எழுந்துதான் என்ன?

13 – 12 – 15

தெம்பில்லை

தலையில் இடி விழுகிறது
கால் பட்ட நிலம் நடுங்குகிறது
கை தொட்டதும் பூ கருகுகிறது
நாசிக் காற்றில் புகை ஏறுகிறது
மேலெல்லாம் பற்றி எரிகிறது

இனியும்
இங்கே இருக்கவும்
இங்கே வாழவும்
நெஞ்சில் தெம்பில்லை.

21 – 12 – 15

தாளவில்லை

விஷம் தோய்த்த சிற்றம்புகளை
ஏவிக்கொண்டேயிருக்கிறாய்
வேதனை தாளவில்லை
ஒற்றைப் பேரம்பால்
உயிர் போக்கிவிடு.

21 — 12 — 15

●

விதியே

விதி
யார் விதி
யார் விதித்தது
யாருக்கு விதித்தது

இப்போது ஒரு கேள்வியுமில்லை
தலை முழுகிச் செல்கிறது வெள்ளம்

விதியே மடி விரி
ஒருகணம்
முகம் புதைத்துக்கொள்கிறேன்.

21 — 12 — 15

●

எந்த விரல்

என் தலையெழுத்தை
எந்த விரலில் எழுதினாய்

சுயதம்பட்டப் பெருவிரல்
எதிரிலேயே காட்டும் சுட்டுவிரல்
பதுங்கும் பாம்புவிரல்
அலங்கார மோதிர விரல்
நன்னிப் பயல் சுண்டு விரல்

மொண்ணை விரல்களால்
எழுதிப் பழக
என் தலைதானா கிடைத்தது?

21 – 12 – 15

●

காலமே

சுமை ஏற்றி ஏற்றிக்
கூன் விழுந்த முதுகில்
பாறாங்கல்லை வைத்து
உருட்டி உருட்டி
விளையாடுகிறாயே
இரக்கமே இல்லையா
காலமே.

21 – 12 – 15

●

இனி

எதைக் கடைந்தாலும் நஞ்சு
அமுதத் துளி தெறித்தாலும்
இனிச் சுவையறியாது நாக்கு.

21 – 12 – 15

●

அழுகல்

சூழ்ந்து பேய்கள் மாரடிக்கின்றன
நெடுநாள் பிணமாய்
அழுகிக் கிடக்கிறேன்.

21 – 12 – 15

●

போதல்

நீச்சல் தெரியும் தைரியத்தில் நிற்கிறேன்
கிணற்றில் நீந்திக் களித்திருக்கிறேன்
ஆற்று நீச்சலும் சுகம்தான்
ஏரிக்கரை மேலிருந்து நீரில் பாய்ந்திருக்கிறேன்
கடலிலும் அலையோடும் மோதிப் பார்த்தாயிற்று

எனினும்
நொடிக்கு நொடி பெருகி
ஆர்ப்பரித்து உயரும் வெள்ளத்தில்
நீச்சலுக்கு வாய்ப்பேது
இதோ
வெள்ளத்தோடு போய்க்கொண்டிருக்கிறேன்.

21 – 12 – 15

போனவர்கள்

கண்ணெதிரே போனவர்கள் பலர்
அப்புச்சி போனார்
தாத்தனும் போனார்
தந்தை போனார்
பாட்டியும் போனார்
தமையன் போனான்
அத்தை போனார்
அம்மாவும் போனார்

இச்சிறு பிள்ளையைத் தூக்கித்
தோளிலோ இடுப்பிலோ வைத்துச் சென்றிருக்கலாம்
ஒருவருக்கும் அன்பில்லை.

21 – 12 – 15

அந்தி

மழை சுமந்து கருமுகில்கள்
திரள்வதென
இருள் வந்து சேர்கிறது

அடைந்திருந்த வெளிச்சச் சொத்தைகளைச்
சுரண்டித் துடைத்துப்
பேதம் அகற்றிச்
சாம்பல் வண்ணத்தைப்
பூசிப் பூசி நோட்டம் பார்க்கிறது

பின்
மாயத் தூரிகை முளைத்து
அடர்நிற மரங்களைச் சிருஷ்டிக்கிறது

இருள் துணுக்கென மாறிய
பூச்சிகள் பறவைகள்
சிற்றுயிர்கள்
கலந்து கரைகின்றன

ஜன்னல் கம்பிச் சந்து வழியே
குதித்தேகி வெளியேறுகிறேன்
அந்தி வரைந்த
நிழலோவியங்கள் அசைகின்றன.

27 – 08 – 15

எனது நாள்

ஒருநாளை
எனக்கானதாக ஆக்கிக்கொள்ள
நெடுநாள் திட்டமிடுகிறேன்
இன்றெனது நாள் எனக்
கூச்சலிட்டுக் கண் விழிக்கையில்
பொழுது கிளம்பி ஆகியிருக்கிறது
இன்றெனது நாள் என
அலங்கரித்து உற்சாகமாய் வெளியேறுகையில்
குறுக்கோடும் பூனையின் கால்கள் கொண்டுசெல்கின்றன

●

இருள்

இருளின் உபாசகன் நான்

கல் தடுக்கிக்
கீழே விழுந்து கிடந்தபோதில்
கை கொடுத்துத் தூக்கியது
இருள்

தளர்ந்திருந்த என் மேல்
படிந்த தூசுகளைத் தட்டிக்
காயத்திற்கு மருந்து தடவி
ஆடை கழுவி அமர்த்திக்
கொஞ்சம் ஆறுதலையும்
புசிக்கக் கொடுத்தது

இருள் முலை பற்றி
உறிஞ்சித் தெம்பானேன்
உள்ளும் புறமும்
எங்கும் இருளே நிறைகவென
வரம் கேட்டேன்

என் கடவுள் இருள்.

●

தாகம்

தாகம் அடங்கா மிருகம்
உள்ளிருந்து தாவி ஓடுகிறது

குரல்வளை கவ்விப் பீரிடும்
ரத்தம் முகத்தில் தெறிக்க
இளஞ்சூட்டில் லயித்து ஒரு கணம்

அடுத்த கணம்
அடுத்த குரல்வளை
ரத்தத் தெறிப்பு
இளஞ்சூடு
குரல்வளை நோக்கித் தாவல்

இனி ஒருபோதும் நிற்காது
தாகம் அடங்கா மிருகம்.

25 – 12 – 15

காட்சி

கையகலத் தாளாகக்
கடவுள் எனக்கு அறிமுகமானார்
உள்ளங்கையில் வைத்து வைத்துப் பார்த்தேன்
உற்றார் உறவினர்க்குக் காட்டினேன்
புத்தகத்திற்குள் ஒளித்து வைத்தேன்

கீழே விழுந்து காணாமல் போனவரைக்
கண்டுபிடிக்கும்வரை
கண்ணீர் விட்டு அழுதேன்

இனி அவரைக் காப்பாற்ற முடியாதெனக்
கடைசியில் வீட்டுக் கதவில்
ஒட்டிவைத்தேன்
கவலையின்றி வெகுகாலமாகக்
காட்சி கொடுக்கிறார்
கொஞ்சம் மங்கலாக.

25 — 12 — 15

அன்றாடம்

எச்சரிக்கையாக
மிக நிதானமாக
மிகமிகப் பொறுமையாக
ஒவ்வொரு அடியையும்
ஏணிப் பளுதில் எடுத்து வைத்து
ஏறுகிறேன் மெதுவாக

படலம் போல நிலம் தெரிகிறது
பம்மி உட்கார்ந்திருக்கும் செடிகள் தெரிகின்றன
கை கோத்த மனிதச் சங்கிலியாய்ப்
பெரும் மின்கம்பங்கள் தெரிகின்றன
ராட்சச எலும்புக் கூடெனச்
செல்பேசிக் கோபுரங்கள் தெரிகின்றன

எச்சரிக்கையாக
நிதானமாக
பொறுமையாக
ஏறுகிறேன் மெதுவாக
பொழுதிறங்கி மங்கலாகிறது
இருள் அலைஅலையாய்ப் படர்ந்து சேர்கிறது

எச்சரிக்கையாக
நிதானமாக
பொறுமையாக
ஏறுகிறேன் மெதுவாக
ஏறிக்கொண்டேயிருக்கிறேன் மெதுவாக

பொழுது கிளம்புகிறது
வெளிச்சம் பளீரெனப் பரவுகிறது
நிலத்தில் கிடக்கிறேன்

பெருமாள்முருகன்

மீண்டு
எழுந்து
மண்ணைத் தட்டிவிட்டு
நெஞ்சைத் தடவித் தெம்பூட்டி
ஏறுகிறேன் மெதுவாக

எச்சரிக்கையாக
நிதானமாக
பொறுமையாக
ஏறிக்கொண்டேயிருக்கிறேன்
அந்தரத்தில் தொங்கும்
மாய நூலேணியில்
அன்றாடம்.

26 – 12 – 15

சொந்த மண் 1

கால் வைக்க முடியாத அளவு
என் சொந்த மண் தகிக்கிறது

பிறந்து பூமியைத் தொட்டபோது
ஒட்டிய மண்
வயிறு கட்ட ரகசியமாய்ச்
சுவைத்துத் தின்ற மண்
உருண்டு புரண்டு விளையாடி
உதிரத்தில் ஏற்றிக்கொண்ட மண்
உறவுகளைச் செரித்த மண்
உயிர்மண்

விதைகள் பொரிகின்றன
எங்கும் கருகல் வாடை
உடல் முழுக்க வெடிப்பு
கொப்புளச் சீழ் நாற்றம்
அடைபட்டன வழிகள்
வளையமெனச் சூழ்ந்து
விழுங்கும் வெப்பம்

பற்றிக்கொண்ட வனத்திலிருந்து
கதறிப் பறக்கும் பறவையைப் போல
வெளியேறுகிறேன்
சொந்த மண் என்று
இனி ஏதுமில்லை.

30 — 12 — 15

சொந்த மண் 2

என் காலடி உருவாக்கிய
ஒற்றையடித் தடம் ஏராளம்
முன்னோர் போட்டு
நான் நடந்தேகிய பாதைகள் பல
முட்டுச் சந்துகளும்
தேரோடும் வீதிகளும் என அனைத்தும்
அறிந்த வழிகள்
உலகை இணைக்கும் பெருஞ்சாலைகள்

இனி எதிலும்
என் பாதம் பதிய முடியாது

வெளியே காலூன்றித்
தாவி
வெளியே கால் பதிக்கிறது
ராட்சசத் தவளை
இடைப்பட்ட பூமிதான்
சொந்த மண்.

30 — 12 — 15

சொந்த ஊர்

அவசரப்பட்டு யாரையும்
சொந்த ஊர் எதுவென்று
கேட்காதீர்கள்

சொந்த ஊரைச்
சொல்ல முடியாதவர்கள் இருக்கலாம்
சொந்த ஊரைக்
கனவில் கொண்டிருப்பவர்கள் இருக்கலாம்

சொந்த ஊரை
மறந்துபோனவர்களும் இருக்கலாம்
சொந்த ஊரை
விட்டு வெளியேறியவர்கள் இருக்கலாம்

சொந்த ஊரில்
வசித்தும் வாழாதவர்கள் இருக்கலாம்
சொந்த ஊரால்
விரட்டப்பட்டவர்களும் இருக்கலாம்

சொந்த ஊரே
இல்லாதவர்களும் இருக்கலாம்.

30 – 12 – 15

கூட்டம்

பசி மீறிய
ஓநாய்க் கூட்டமெனச்
சொற்கள் துரத்தின

கால்கள் மடிந்து வீழ
நாக்கு நீர் வற்ற
தணலாய் மூச்செரிய
திசை குழம்ப
வனமெங்கும்
விழுந்து புரண்டு
துள்ளி எழுந்து
தப்பித்து ஓட்டம்

மேலெங்கும் ரணம்
பற்பட்ட காயங்கள்
குருதி ஒழுக்கில் மயங்கிப்
பின் விழித்துப் பார்க்கிறேன்

கை விரிக்கும் பசிய வானம்
ஆசுவாசம்
ஓடத் தேவையில்லை
கூட்டம் திசை மாறிற்று.

28 – 01 – 16

வீட்டுள்

வீடிருக்கிறது
கதவில் பூட்டு
பையில் சாவி
உள்ளே தாழ்

காலையில்
கதவு திறக்கிறது
லேசாக

வெயிலேறும்
முற்பகல் பொழுதில்
இறுகப் பூட்டினால்
முன்னிரவில்தான்
திறப்பு
உடனே தாழ்

மார்கழிப் பனிநிலவில்
கூரை பிரித்து
உள்ளிறங்கித்
திருடச் சென்றவனே
முதலில் கண்டான்

வீட்டுள் ஏதுமில்லை
எனினும்
அவன்
யாரிடமும் சொல்லவில்லை.

06 – 01 – 16

கொதி

பிற்பகலைத் தொட்டு நிற்கிறது
என் நாள்
இருளின் அந்தகாரத்திலிருந்து
மெல்ல மெல்லத்
தோன்றியிருக்கக் கூடும்
இந்த நாள்

மழைநாளாக இருந்து முதலில்
எல்லாம் துடைத்துத் தெளிவாக்கிய விடியல்
வெகுநேரம் கழித்து வந்தாலும்
புது வெளிச்சம்

பின் வெயில் ஏற ஏறக்
கடுங்கோடையின் நாளாயிற்று
பிற்பகலைத் தொட்டும்
கொதி குறையவே இல்லை
பின் நாள் எப்படி இருக்கும்
மெல்லச் சரியலாம்
இவ்விதமே தொடரலாம்

காண ஆர்வம்தான்
கொதி நீடிக்கும் எனில்
இத்துடன் முடிந்து போகட்டும்
மேலும்
சோர்வையும் சலிப்பையும் பூசிச்
சாம்பல் உடலமாகத் தெரிகிறது
இந்த நாள்.

07 – 01 – 16

கோழையின் பயம்

கோழைக்கு
ரொம்பப் பயமாயிருக்கிறது

விடியலில் கண் விழிக்கப் பயப்படுகிறான்
இத்தனைக்கும்
இரவு முழுக்கப் பயத்தில்
தூங்காமல் இருந்தவன்தான்

சேதி கொண்டுவரும் பறவைக்குப் பயப்படுகிறான்
பொந்தில் ஓடி ஒளியும் எலிக்கும் பயப்படுகிறான்
பூனையின் கண்களை நேர்கொண்டு
பார்க்கவே முடியவில்லை
நாய்கள் துரத்துகின்றன
மாடுகள் கொம்பை நீட்டி வருகின்றன

நடக்கப் பயப்படுகிறான்
சாலை கடக்கப் பயப்படுகிறான்
சத்தம் கொஞ்சம் கூடினால் பயமும் கூடுகிறது

அறைக்குள்ளும் பயம்தான்
மின்விசிறி அறுந்து விழுகிறது
விளக்கு வெடித்துச் சிதறுகிறது
சுவர்கள் நெருங்குகின்றன

பூமி அதிர்கிறது
வானம் வேகமாகக் கீழிறங்கி
மண்ணில் மோதுகிறது
நட்சத்திரம் உப்பிப் பெருத்துத்
தீயாய் இறங்குகிறது

பேரிருள் குகைக்குள்
கண்களை மூடி
ஒடுங்கிக்கொள்வதால்
தப்பிக்க முடிகிறது

இருப்பினும்
அவனுக்கு
ரொம்ப
ரொம்ப ரொம்ப
ரொம்பப் பயம்
அவன் முன்னால் தோன்றும்
மனித முகத்திடம்தான்.

07 – 01 – 16

திரும்பிப் பார்த்தல்

பாறை இடுக்குகளில்
பற்றிப் பிடித்து
ஒற்றைச் சுவடு பதித்து
மலையேற நேர்ந்தது
ஏறி நின்றதும்
தலைமேல் உதிர்கின்றன
கதிர்க்கொள்ளிகள்

இதையா
தேடி அடைந்தேன்

முள் மரங்களுக்கிடையே
பூரான் என உடல் விரித்துத்
தவழ்ந்து நகர்ந்து
காடு கடக்க நேர்ந்தது
கடந்து வந்ததும்
சடை விரித்து அழைக்கிறது பேய்க்குகை

இதுவா
பயணத்தின் பலன்

செதுக்கிய வரப்பில்
வேண்டுதலுக்கு அடிவைப்பதெனப்
பார்த்துப் பதுங்கிச்
சேற்றைத் தாண்ட நேர்ந்தது
தாண்டி முடித்ததும்
வாய் திறந்து நிற்கிறது புதைகுழி

இதற்கா
இத்தனை முயற்சி

சுருட்டும் அலைக்குள்
ஏற்ப அலையும் துகளெனப்
பதமாய் ஒதுங்கிப்
பெருங்கடல் பார்க்க நேர்ந்தது
பார்த்து முடித்ததும்
பெருஞ்சுறா சுழல்கிறது
வாலடித்து

இனியும்
வாழப் பிடிக்கவில்லை.

09 — 01 — 16

அற்பப் புழு

நான்
புழு
சிறு புழு
அற்பப் புழு
இயல்புத் தீண்டல்
விளையாட்டுத் தீண்டல்
தீண்டல் உணர்வு
எதுவோ
சிறு தீண்டலுக்கும்
அஞ்சிச் சுருண்டு
சுருண்டு
சுருண்டு சுருண்டு
தீய்ந்த நிலத்தின்
சிறுவெளியைக்
கடக்க இயலா
அற்பப் புழு.

10 – 01 – 16

ஒற்றைச் சொல்

கண்ணே
நானறிந்த ஈன மொழியில்
உனக்கனுப்ப
ஒற்றைச் சொல்லைத் தேடுகிறேன்

சுண்டி விட்டதும்
காற்றிலேறி வந்து
அது உன்
கலங்கலைத் தெளிவாக்கும்

உச்சரித்ததும்
மந்திரமாகி
அது உன்
கசப்புகளை வெளியேற்றும்

ஒளிந்திருந்து
கைப்பையைத் திறந்ததும்
மலர் மணமெனப் பரவி
அது உன்
காயங்களைக் கழுவும்

உடனிருந்து
ஒளிர்கல்லாகிக் கண் சிமிட்டி
இருளை உணரும்போது
அது உன்
துணையாய் அருகிருக்கும்

தேவை
ஒற்றைச் சொல்
மாயச் சொல்.

13 — 01 — 16

சிறுபிசிறு

கண்ணே
உன் செல்பேசிக் குரலில்
தெறிக்கும் சிறுபிசிறு
அம்பு வடிவெடுத்து
என் இதயத்தில்
ஆழப் பாய்கிறது

பொறுமையாய்
நிதானமாய்த்
தானாகவே வெளியேறி
அடுத்து
மூளையைக்
குறி வைக்கிறது

மூளை கலங்கியதும்
வெகு வேகமாய்
உடலின் ஒவ்வொரு
அணுவிலும்
குத்திக் குத்தி
மீள்கிறது

குருதி கொட்டும் உடல்
உயிர் வாதை.

13 – 01 – 16

மலர் விரிப்பு

கண்ணே
உன் நடைபாதை
மலர் விரிப்புத்தான்
எனினும்
இமை மயிரென
முட்கள் பரவிக் கிடக்கின்றன

பாதையை விரித்ததில் பங்கெடுத்த
என் கை விரல்களை
ஆயிரமாய்ப் பெருக்கித்
தேட அனுப்புகிறேன்

எனினும்
மெல்ல நட
தடித்த தோல் செருப்பையும்
போட்டுக்கொள்
இனித்
தைரியமாய் நட.

13 – 01 – 16

என் மொழி

கல் தோன்றி மண் தோன்றாக்
காலப் பழம்மொழி

ஈராயிரம் மூவாயிரம் நாலாயிரம் ஐயாயிரம்
ஆண்டாண்டு கடந்த சொற்களைச்
சேமக்கலமெனக் காத்திருக்கும்
இலக்கியச் சுடர்மொழி

இருளும் ஒளியும் மாறிப் புடமிட
உயிர் வளர்த்திருக்கும்
அரசியல் செம்மொழி

ஐந்து நூறாயிரம் சொற்கள்
கொட்டிக் கிடக்கும் பெருமொழி

எனினும்
என் மொழியில்
எனக்குரிய சொற்களின் இடமெங்கும்
மௌனம்
அழுந்தக் குந்தியிருக்கிறது.

21 – 02 – 16

கல்லெனக் கனக்கும் தலை

தாங்க முடியவில்லை
கல்லெனக் கனக்கும் தலையைச்
சுவரில் முட்டுகிறேன்
ஒன்றும் ஆகவில்லை
வெறும் பஞ்சுச்சுவர்

தலையைத் தூக்கிப்போய்ப்
பாறையில் மோதுகிறேன்
ஒன்றும் ஆகவில்லை
பூம்பாறை

தலையைக் கொண்டுபோய்
மண்ணில் இடிக்கிறேன்
ஒன்றும் ஆகவில்லை
நீர்த்தரை

பெரும்பாரமாய்த் துருத்தும் தலையை
என்ன செய்வேன்
காற்றுவெளியில் மோதி மோதிக்
கிறுகிறுத்துச்
சுழல்கிறது தலை.

23 – 02 – 16

புகார்களின் நெரிசல்

உதடுகளை இறுகத் தைத்து
வாயை மூடிக்கொண்டேன்
பூவிதழ் விரிவெனக்
காதுகளை மலர்த்தி வைத்தேன்

முதலில் டொம்மென வந்து விழுந்தது
ஓர் பெரும்புகார்
பின் வரிசை கட்டத் தொடங்கின
அவர் இவர் அவள் இவள் அவன் இவன்
அது இது
புகார்களின் நெரிசலில் காதுகள் ஸ்தம்பித்தன

மொழி குழம்பிற்று
என்னைப் பற்றிய புகார்கள் ஏராளம்
கேட்கக் கேட்கச் சிரிப்பு

காது மடல்களை இறக்கையென விரித்தேன்
இப்போது
பிரபஞ்சத்தின் புகார்களைக்
கேட்டுக்கொண்டிருக்கிறேன்.

25 – 02 – 16

ஆசுவாசம்

எழுது என்று கேட்டுக்கொள்கிறார்கள்
எழுது என்று வேண்டுகிறார்கள்
எழுது என்று வலியுறுத்துகிறார்கள்
எழுது என்று நிர்ப்பந்திக்கிறார்கள்
எழுது என்று கட்டளையிடுகிறார்கள்
எழுது என்று கத்துகிறார்கள்
எழுது என்று கெஞ்சுகிறார்கள்

அழுகி ஒழுகும் என் விரல்களை நீட்டுகிறேன்
யாரும் அதைக் கவனித்ததாகத் தெரியவில்லை

எழுதாதே என்று எழுந்த
அதே வேகத்தில்
எழுது என்னும் சத்தமும்
குரல்வளை கவ்வுகிறது

எழுதாதே எழுதாதே
எழுது எழுது
எதுவும் எனக்கானதல்ல
என்பதால்
ஆசுவாசமாக இருக்கிறேன்.

29 — 02 — 16

கொஞ்சமே கொஞ்சம்

எந்நேரமும் கடுகடுக்கும்
உங்கள் முகத்தைப் பார்க்கச் சகிக்கவில்லை

மலத்தில் விழுந்த பழமென
முகத்தில் தோன்றும் இளிப்பைக்
காணக் கண் கூசுகிறது

ரத்தக்கறை படிந்த பற்களால்
எப்போதும்
தசைத் துண்டங்களைக்
கடித்துக் குதறுவதைப் பார்க்கப்
பயமாக இருக்கிறது

என் மொழியை
முடைநாற்றச் சொற்கிடங்கு
என்றாக்கும் பேச்சைக் கேட்டுக்
காதுகள் கசக்கின்றன

ஏன் உங்கள் கைகள்
ஒவ்வொரு அசைவிலும்
யாரையாவது வாரி விடுகின்றன
ஏன் உங்கள் கால்கள்
எப்போதும் மானசீகமாக
எவரையேனும்
உதைத்துக்கொண்டேயிருக்கின்றன

பெருமாள்முருகன்

தவிப்போடு சுவர்மேல் அமரும் குருவிகளுக்குத்
தண்ணீர் தர வேண்டாம்
தடி கொண்டு விரட்டுகிறீர்களே

அங்காந்து வரும் ஆட்டுக்குட்டிகளுக்கு
உங்கள் வளர்ப்பு முட்செடிகளில் இருந்து
தழை தர வேண்டாம்
தானாய் வளர்ந்து நிற்கும் மர நிழலில்
சற்றே இளைப்பாற விடலாமே

கொஞ்சம்
இன்னும் கொஞ்சம்
கொஞ்சமே கொஞ்சம்
இறுக்கத்தைத் தளர்த்தலாமே
சிறுமுளையின் பசுநுனியைப் பாருங்களேன்.

03 – 03 – 16

இதுதான் உங்கள் பிரச்சினை

மூக்குக்குள் அடைகள் ஒட்டிக்கொண்டிருக்கின்றன
குளிக்கும்போது சுண்டுவிரல் நுழைத்துத்
துழாவித் துழாவி எடுத்தெறிந்தீர்கள்
முகம் கழுவுகையிலும்
முகப்பூச்சு தடவுகையிலும்
தலை சீவித் தயாராகையிலும்
கண்ணாடி முன்நின்று
நோண்டி நோண்டி எடுத்தீர்கள்

எனினும்
மூக்குக்குள் அடைகள் ஒட்டிக்கொண்டேயிருக்கின்றன

வெளியில் யாரும் பார்க்காத நேரத்தில்
சற்றே குனிந்து குடைந்து எடுக்கிறீர்கள்
கைக்குட்டை வைத்துத் துடைத்தும்
அழுந்த உறிஞ்சியும் செருமியும்
எடுத்துக்கொண்டுதான் இருக்கிறீர்கள்

ஆனால் அடைகள் ஒழிந்தபாடில்லை
எதிர்ப்படும் மூக்குகளுக்கும்
எடுத்துக் கொஞ்சம் ஒட்ட வைக்கிறீர்கள்
அப்புறம்தான் ஆசுவாசமாகிறீர்கள்.

04 — 03 — 16

சக இருக்கைக்காரர்

நேற்று மாலை
காற்று வாங்கவும்
காட்சிகள் காணவும்
கடற்கரைக்குச் சென்றிருந்தேன்

ஓடிப் பிடித்து விளையாடுவது போல
ஒரு கொலை நடந்தது

படகு மறைவில்
மாறி மாறி மடி படுத்து
முத்தம் பதித்துக்கொண்டிருந்தவர்களின்
முடி பற்றி இழுத்து
முகத்தில் அறைந்து முதுகில் அடித்து
விரட்டியது ஒரு கூட்டம்

தனித்திருந்தோரிடம்
பேரம் பேச அலையலையாய்
அடுத்தடுத்து ஆட்கள் போய்க்கொண்டேயிருந்தனர்

மெல்ல எழுந்த பேரலை
எதிர்பாராத் தருணத்தில்
வானுயர எழுந்து
எல்லாவற்றையும் வாரிச் சுருட்டி
அடிவயிற்றுக்குள் புதைத்துக்கொண்டு
திரும்பிச் சென்றது

வெற்றுக் கடற்கரை கண்டு
அச்சமுற்றுத் திரும்பி ஓடினேன்

நிகழ்ந்தவற்றை எல்லாம்
இன்று முற்பகல்
சக இருக்கைக்காரரிடம்
சிறு பதற்றத்துடன் விவரித்தேன்
நீரிழிவு நோய் மாத்திரையைப்
போட்டுக்கொண்டே
புன்னகையுடன் அவர் கேட்டார்
'அப்படியானால் காற்று வாங்கவில்லை?'

04 – 03 – 16

●

ஐம்பது வருடச் சொந்தம்

லேசாக முன்னகர்ந்து
துருத்தி முளைத்திருந்த
அந்தக் கீழ்ச் சிறுபல்
சோளக்கதிர் ஒன்றைக் கடித்து இழுக்கையில்
அசைவு கொடுத்து
ஓராண்டாய்ப் படுத்திய பாடு கொஞ்சமல்ல

பல்லிலேறி மூளை குந்திக்கொள்ள
வலியே ஆன பிறகு
பிடுங்கப்போனேன்
ஓர் ஊசி ஓர் இழுவை
உடனிருப்பு
ஐம்பது வருடச் சொந்தம்
பிணத்தைக் காணவும் வாய்க்காமல்
போய்ச் சேர்ந்தது

தன்னிருப்பை இட்டு நிரப்பவியலா
சிறு சந்து ஓட்டையென விட்டுப்
போய்ச் சேர்ந்தது

முதல் இழப்பு
அரிசியெனத் தோன்றும் ஒரே பல்
என அம்மா மகிழ்ந்த பல்
போய்ச் சேர்ந்தது

கண்ணாடி காணுந்தோறும்
ஈயென இளித்து
ஓட்டையை அளவிடுகிறேன்
அதுவும் பதிலுக்கு ஓவெனத் திறந்து சொல்கிறது
ஒன்று ஒன்று
ஒவ்வொன்றாய்
எல்லாம் கழியும் காலமினி.

05 – 03 – 16

வந்தாரை வாழ வைக்கும் ஊர்

தென்கோடியில் இருந்து வருகிறார்கள்
நடுமையத்தில் இருந்து வருகிறார்கள்
வடக்கிலிருந்தும் வருகிறார்கள்
மேற்கிலிருந்தும் வருகிறார்கள்

உடலை உருக்கி ஈந்து
முவ்வேளை வயிறு நனைக்கச்
சரியென்றால்
வீதியில் உருளும் வேலைப் பந்துகளில்
விருப்பப்பட்டதை ஓடிப் பொறுக்கிக்கொள்ளலாம்
உதைத்து உதைத்து விளையாடிக்கொள்ளலாம் இங்கே

தலையைக் கொடுக்கவும் தயாராக இருப்பீர்களானால்
நெடிதுயர்ந்த கம்பிக் கதவுகள்
சட்டெனத் திறந்து
உங்களை உறிஞ்சி இழுத்துக்கொள்ளும்
வகுப்பறைக்குள்

உழைப்பால் உயரலாம் வா இங்கே
படித்து வளரலாம் வா இங்கே
நிறைந்த வேலை குறைந்த ஊதியம்
வா இங்கே
மாதமொரு நாள் ஊதியமில்லா விடுப்பு
வா இங்கே

கோழிப்பீ அள்ளலாம் வா இங்கே
ராடு தூக்கலாம் வா இங்கே
மேஜை துடைக்கலாம் வா இங்கே
கைப்பசை இருந்தால் வா இங்கே
வகுப்பறைக்குள் அமரலாம் வா இங்கே

பணியாட்கள் வாழலாம்
அடிமைகள் வாழலாம்.

24 — 03 — 16

சர்வரோக நிவாரணி

தம் கொள்கை மதம் கூட்டணி
அடங்கிய தாயத்துகளைக் கூட்டத்திடம்
நீட்டியவர்கள்
வாங்கியதும் கூர்ந்து பார்க்கும்
இளிச்சவாயர்களைக் கண்டு
மாறி மாறிப் பேசத் தொடங்கினர்
தலையசைத்து
ஆமோதித்துக்கொண்டேயிருந்தார்கள்

முதலில்
உள்ளே படிந்திருப்பவை எல்லாம்
கசடுகள் என உணர்த்தினர்
கசடகற்றும் மார்க்கம் காட்டினர்
தமது தாயத்தே சர்வரோக நிவாரணி
என்று கூறி மந்தரித்துக்
கட்ட இடம் தேடினர்

கோவணம் கட்டும் வழக்கம்
குழந்தைப் பருவத்தோடு போய்விட்டதால்
அரைஞாண் இல்லா மொட்டை இடுப்பைச்
சுற்றிச் சுற்றிப் பார்த்தனர்

பின்
குஞ்சு நுனியில் முடிச்சிட்டுக் கட்டிவிட்டுத்
திருப்தியுடன் ஏகினர்
இப்போது
தாயத்தாட்டித் திரிகிறது கூட்டம்.

24 — 03 — 16

சரியான வழி

தற்கொலைதான்
நமக்குச் சரியான வழி
உங்கள் அதிகாரத்தை
உங்கள் அகம்பாவத்தை
உங்கள் வெறியை
உங்கள் அன்பை
உங்கள் கரிசனத்தை
உங்கள் இரக்கத்தை
உங்கள் ஆதிக்கத்தை
உங்கள் கீழ்மையை
உங்கள் திமிரை
உங்கள் கருணையை
உங்கள் தயவை
உங்கள் பிச்சையைப்
புறக்கணிக்கிறோம்
உதாசீனப்படுத்துகிறோம்
எதிர்க்கிறோம்
என்பதை உணர்த்த
நமக்குச் சரியான வழி
தற்கொலைதான்.

(ரோஹித் வெமுலாவிற்கு)

11 – 03 – 16

பெருந்தன்மை

அவன் எழுதியிருந்த கடைசி வாசகங்கள்:
'யார்மீதும் புகாரில்லை
ஒருவரையும் குற்றம் கூறவில்லை
என் சாவுக்கு எவரும் காரணமல்ல'

எல்லாவற்றையும்
ஒத்துக்கொள்ளும் பெருந்தன்மை
நமக்குத்தான் இல்லை.

               (ரோஹித் வெமுலாவிற்கு)

                        11 — 03 — 16

அம்மையீர் ஐயன்மீர்

தீக்குள்ளிருந்து வெளியேறி
இந்த மாநகருக்கு
அடைக்கலமாய் வந்திருக்கிறோம்

சும்மா கிடக்கும் இடத்தில்
எங்கள் காலால் நின்றுகொள்கிறோம்
காலகட்டி உட்கார்ந்திருக்கும்
இருக்கையிலிருந்து எழுந்து நீங்கள்
இயற்கை உபாதைக்குச் செல்லும் இடைவேளையில்
நுனிப்பக்கம் அமர்ந்து
சற்றே இளைப்பாறுகிறோம்

ஆளற்ற நள்ளிரவில்
தனித்துக் கிடக்கும்
நிறுத்தப் பெஞ்சுகளில்
சிறிது கண்ணயர்கிறோம்

நீங்கள் கிள்ளி எறியும் இலைகள் போதும் எமக்கு
நீங்கள் ஒதுக்கிவைக்கும் கனிகள் போதும் எமக்கு

நீங்கள் வேலையில் மும்மரமாக இருக்கும்போது
சூரியனைப் பார்த்துக்கொள்கிறோம்
காற்றை இழுத்துக்கொள்கிறோம்

உங்கள் கிரீடத்தை ஒருபோதும் அபகரிக்க மாட்டோம்
உங்கள் சிம்மாசனத்தை அணுகவும் வழியறியாதவர்கள்
                                        நாங்கள்

தயைசெய்து
ஓரப் பார்வையில் நஞ்சைத் தெறிக்க விடாதீர்
அம்மையீர் ஐயன்மீர்
கொஞ்சம் அனுசரியுங்கள்.

19 — 03 — 16

அந்தர நாக்குகள்

இதுதான் அவர்களுக்குத் தொழில்

எப்பேர்ப்பட்டவரையும்
தொடை விரிக்கச் செய்ய முடியும்
அவர்களால்

சிலர் விரித்தே வைத்திருப்பார்கள்
சிலர் ஒரே சொல்லில் நெகிழ்ந்து திறப்பார்கள்
சிலர் சுற்றுமுற்றும் பார்த்துத்
தயக்கத்துடன் அகட்டுவார்கள்

சிலர் வெட்கப் பிறவிகள்
எனினும் அவர்கள் சளைப்பதில்லை
மாய நாக்கை அனுப்பித் தீண்டிப்
பாதத்தில் தொடங்கி மெல்ல முன்னேறும்
வித்தை தெரியும் அவர்களுக்கு

அந்த நாக்குகள் எருக்க இலைகள்
தேவைக்கேற்பத் தீயில் வாட்டி வாட்டி
வாகாக வைத்திருப்பார்கள்
சிலருக்குச் சொரசொரப்புப் பிடிக்கும்
சிலருக்கு மென்மை விருப்பம்
கூர்நுனியைப் பயன்படுத்தவும் முடியும் அவர்களால்

அந்த வாய்கள் தாகப் பாலைகள்
அழுகல் பொலிவு பேதமில்லை அவற்றுக்கு

முதிர்ந்தவற்றுக்குக் கொஞ்ச நேரம் போதும்
ஆனால் முறுக்கி நிறுத்த வேண்டும்
எளிதில் திருப்திப் படா
மீண்டும் மீண்டும்
மறுபடி மறுபடி
மண்டியிட்டு வாய்கள் திறக்கும்

தொட்டதும் இளமை சட்டெனச் சீறும்
ஆசுவாசப்படுத்தி வாய்க்குக் கொண்டு வர
வெகுநேரம் ஆகும்
நுரை தள்ளத் தள்ள முயன்று
வலுவைக் குறைத்துத்
தொய்ந்து போகச் செய்வதில் சமர்த்தர்கள்

வளைந்து
குழைந்து
நெகிழ்ந்து
எந்நேரமும் எவ்விடத்திலும்
தழுவித் தழுவி முயங்கும்
அந்தர நாக்குகளுக்கு எதிராக
எந்த ஆயுதத்தைப் பிரயோகிப்பீர்கள் நீங்கள்?

19 – 03 – 16

பளிச்சென விடியும்

கீச்கீச் என்னும்
கரிக்குருவிக் குரல் கேட்டு
எழுபவன் ஆதலால்
அதிகாலை பளிச்சென விடிகிறது
மரங்களின் ஒளிர்முகம்
பறவைச் சிறகடிப்பு
கதிர் எழும் காட்சி

நிர்மல மனத்தில்
மனித முகம் ஒன்று
முதல் புகாருடன் தோன்றுகிறது
அடுத்தடுத்து முகங்கள்
அடுத்தடுத்துப் புகார்கள்

புகார்களைக் கேட்கிறேன்
புகார்களுக்குப் பதிலளிக்கிறேன்
புகார்களை அசட்டை செய்கிறேன்
புகார்களைச் சமாளிக்கிறேன்
புகார்கள் சொல்கிறேன்
புகார்களைச் சேமிக்கிறேன்

புகார்கள் திணித்த பையாய்
மனத்தைச் சுமந்து
இரவுக்குள் நுழைகிறேன்
தவித்து உறங்குகிறேன்
பளிச்சென விடியும்
அதிகாலையை எதிர்பார்த்து.

17 – 05 – 16

கொஞ்சம் பழைய நாட்டுக்கோழி

நான்
கொஞ்சம் பழைய நாட்டுக்கோழி

பருவம் எய்திக் கேவித் திரிந்து
நற்சேவல் தேடிச் சேர்ந்து
நாள் தவறாமல் முட்டையிட்டேன்
கிறுக்குப் பிடித்து அடை கிடந்தேன்
கூமுட்டை ஆக ஒன்றையும் விடவில்லை
அலகால் தள்ளி அடிவயிற்றில் சேர்த்திருந்தேன்
என் குஞ்சுகள் ஏராளம்

புடை சூழக்
கர்வம் தலையேற
இரை தேடி வெளி வந்தேன்
தானிய மணிகள் கரையான்கள் புழுபூச்சிகள்
நகம் குவித்து மண் பறித்துக் கிளறிக்
குஞ்சுகளுக்குக் காட்டினேன்
முதல் இரை
ஆவலாய்க் கொத்தித் தின்றன

இரையூட்டும் ஆர்வத்தில் கவனிக்கவில்லை
குஞ்சொன்றின் கழுத்தைக் கவ்விய காக்கை
நிழலாய்ப் பறந்து ஏகிற்று
அபயக் குரல் கொடுத்துக் குஞ்சுகளை
அடிவயிற்றில் அடைத்தேன்

இளைப்பாறிப் பின் மீண்டும் இரை தேடல்
இப்போது இறங்கிய காக்கையை
என் இறகேறும் தூரம் தாவிக் கொத்தினேன்
அதற்குள் எங்கெங்கிருந்தோ
குவிந்த காக்கைகளின் ஒவ்வொரு அலகிலும்
ஒவ்வொரு குஞ்சு
எதுவும் மிஞ்சவில்லை

இறகேறும் தூரம் தாவிப் பறந்து
திடுமெனத் தரையில் விழுந்து
கிறுக்குப் பிடித்தலைகிறது
இந்தக்
கொஞ்சம் பழைய நாட்டுக்கோழி.

17 — 05 — 16

மழை பெய்கிறது

நேற்றுத்தான்
மாமழை பெய்து
எல்லாக் குப்பை மேடுகளையும்
இழுத்துச் சென்று தூய்மை ஆக்கியது

ஓர் இரவுக்குள்
மீண்டும் சேர்ந்திருக்கிறது
பெருங்குப்பை

இன்றைக்குக் காலையிலும்
மழை பெய்கிறது
ஆனால்
கொஞ்சம் சலிப்போடு.

17 — 05 — 16

கண்ணீரைச் சந்தித்தல்

ஐம்பது வயதில் ஒருவன்
அன்றாடம் கண்ணீரைச் சந்தித்தே ஆக வேண்டும்
என்பது விதி போலும்

வழக்கமான குறை சொல்லல்தான் எனினும்
கண்ணீரையும் உடன் வைத்துக்கொள்வது
இப்போது அவளுக்குத் தேவையாயிருக்கிறது

மகனோ மகளோ
எதையாவது கேட்கும்போது
யாசகனைப் போலக் கண்ணீர் முட்டி நிற்பதைக்
கண்டு பதைக்க வேண்டியிருக்கிறது

வீதி ஏகினால் எப்படியும்
நான்கைந்து கண்ணீர்கள்
உருண்டு வந்து மூழ்கடித்துவிடுகின்றன
செல்பேசியில் இறைஞ்சும் குரல் ஒன்றாவது
கண்ணீரை உணர்த்தித்தான் முடிக்கின்றது

இன்று இல்லை என்னும் ஆசுவாசத்தோடு
ஓய்வாகத் தொலைக்காட்சி முன்னமர்ந்தால்
சாதாரணக் காட்சி ஒன்றின்
நெகிழ்வில் கரைந்து
கண்களில் வழியும் கண்ணீரை
மறைவாகத் துடைத்துக்கொள்ள நேர்கிறது.

17 — 05 — 16

பெரும்பசி கொண்ட திருவோடு

நீங்கள் யாசிக்கிறீர்கள்
எதைப் போட்டாலும் நிறையாத
பெரும்பசி கொண்ட திருவோட்டைக்
கையிலேந்தி நீங்கள் யாசிக்கிறீர்கள்

புரியாமல்
வழக்கம் போல் அன்னமிட்டேன்
பழஞ்சோற்றைப் புறக்கணிக்குமோ என்று
சுடுசோறு – நெல்லஞ்சோற்றுத் திரள் அள்ளி நிரப்பினேன்

உடுத்தி வெளிறிய துணிகளைப் போடச்
சங்கடப்பட்டுக்
குருதி கீறிச் சம்பாதித்த ஊதியத்தில்
கோடித்துணிகள் வாங்கி நிறைத்தேன்

ஒரே ஏப்பத்தில் எல்லாம் கரைத்து
நீண்டபடியே இருக்கும் திருவோட்டில்
இன்னும் எதைப் போடுவேன்

கொழித்த செம்மண்ணைப் போட்டுப் பார்த்தேன்
பழம்பொற்குவியல் வீசினேன்
அரக்கப் பசிக்கு எதுவும் போதவில்லை

பீத்தல் செருப்பாய்க் கிழிந்து
என் குப்பையில் கிடந்த
பீப் பெருமையைச்
செத்த எலியின் உடலத்தைப் போலத்
தூக்கி வீசினேன்

ஆயிரமாயிரம் பற்கள் தெரிய இளித்துக்
கவ்விக் குவிந்து சிலிர்த்து அடங்கிற்று.

18 – 05 – 16

பெருமாள்முருகன்

இப்போது திருப்தியா?

லேசாய் மணம் கமழ்ந்ததும்
வாச நெடி பிடித்து
வந்து சேர்ந்துவிட்டாயா

அதிகாலை முதல்
தத்தளிக்கும் உன் குரல் கேட்கிறேன்
கூச்சலிடுகிறாய்
குரைத்து அச்சுறுத்துகிறாய்
ஊளையிட்டு எச்சரிக்கிறாய்
முனகிக் கெஞ்சுகிறாய்
முனை மழுங்கிய நகங்களால்
என் குடிசைக் கூரையை இழுத்துப் பரபரக்கிறாய்

சள்ளொழுகும் உன் நீள்நாவைத்
தடவித் தர
வாரிக் கொடுக்க
ஏராளம் பேரிருக்க
ஏன் என்னை விரட்டுகிறாய்

போ என்றால் கேட்கிறாயா
கல்லெடுத்து விரட்டினால்
பம்மிப் பதுங்கி
அபயக்குரல் கொடுக்கிறாய்
என் கை வலிக்கிறது போ
பொறு சற்றே பொறுத்திரு

சுற்றிச் சுற்றி வரும்
மோப்ப மூக்கா
இந்தா இந்தா
எச்சில் இலை
இருக்கிறதா
கழிவு எலும்புகள்

கவ்வியோடித் தூர நின்று
நீயேனும் நிதானித்துத் தின்று தொலை

அடச்சீ நாயே
திருப்தியா
இப்போது திருப்தியா?

23 – 05 – 16

●

அவனறிந்த ரகசியங்கள்

இறந்தவன்
இனிப் பேச மாட்டான்
என்பதில் பலருக்கும் நிம்மதி

அவனறிந்த ரகசியங்கள்
அவனுடனே புதைந்துபோயின

தன்னைப் பற்றிய
ரகசியம் ஒன்று
அவனுக்குத் தெரியும் என்று
நம்பிக்கொண்டிருந்தவர்கள்
அதனால்
பம்மிக்கொண்டிருந்தவர்கள்
கூடிக் கொண்டாடுகிறார்கள்

நடக்கிறது

ரகசியப் பெருவிருந்து.

23 — 05 — 16

இறந்தவனைப் பற்றி

நிறையப் பேசுகிறார்கள்

நிஜத் துக்கத்தில் சிலர்
பொய்த் துக்கத்தில் சிலர்
கேலியாய்ச் சிலர்
ஏளனமாய்ச் சிலர்
பொறாமையில் சிலர்
பொச்செரிப்பில் சிலர்
ஆதங்கத்தில் சிலர்
அழுகையில் சிலர்
ஆபாசமாய்ச் சிலர்
அபவாதமாய்ச் சிலர்
போற்றிச் சிலர்
தூற்றிச் சிலர்

அனைத்தையும்
கேட்டுக்கொண்டிருக்கிறான் இறந்தவன்
பிணமாய்.

23 — 05 — 16

இறந்தவன் பேசுகிறான்

இயற்கை விரோதம் என்பீர்
எனினும்
இறந்தவன் பேசுகிறான்

காற்று
காது கொடுத்துக் கேட்கிறது
மரங்கள் உம் கொட்டுகின்றன
மேகம் ஆமோதிக்கிறது
நிலா சிரிக்கிறது
குயில்கள் பதில் குரல் கொடுத்து
உற்சாகம் ஊட்டுகின்றன
ஆந்தைகள் பரவசமுறுகின்றன

இறந்தவன் பேசுகிறான்
இறந்தவன் பேசிக்கொண்டேயிருக்கிறான்

தம்மைப் பற்றிய புகார் இருக்குமோ
என்னும் அச்சம்
அவற்றுக்கு இல்லவே இல்லை.

25 — 05 — 16

மாய விரல்

இறந்தவன் பேசுகிறான் என்றதும்
எல்லா ரகசியங்களும் வெளிப்படும் எனச்
சூழ்ந்து கேள்வி எழுப்புகிறார்கள்

நீ யார்
உங்களில் ஒருவன்
உன் குடும்பம்
உங்களுடனே இருக்கிறது
உன் ஊர்
உங்கள் ஊர்தான்

நீ இறக்கக் காரணம்
மௌனம்
மீண்டும் மீண்டும் கேட்கிறார்கள்
மௌனம்

தம்மை நோக்கி நீண்டிருக்கும்
மாய விரல்
அவர்களுக்குத் தெரியவில்லை.

25 — 05 — 16

இருந்துகொள்

போவது பழகிய தடத்திலா புது வழியிலா
கொஞ்சம் பழையது கொஞ்சம் புதியது
புதிது எளிமையாயிருக்கிறது
பழையதில் தடுமாற்றம்

முன்னால் எவருமில்லை
சோலையோ பாலையோ
கண்டறிந்து கொள்ளல் சுகம்

உடன் வருவோர் சிலர்
உடன் வருவதாய்ப் பாவிப்போர் சிலர்
எங்கோ ஒரு காலை அழுந்த ஊன்றிப்
பிறிதொரு காலை அந்தரத்தில் தூக்கித்
தவிப்போரும் சிலர்

பின்னால் வருவோர் சிலர்
பின்னால் வருவதாய்ப் பாவிப்போர் சிலர்
கண் திருப்புகையில் ஓடிவருவதாய்ச்
சில கால்கள்
உண்மையாகவே ஓடிவருவன சில
வந்தும் வராமலும் தயங்கித் தவிப்பனவும் உண்டு

யாரையும் அழைக்கவில்லை
யாரையும் இழுக்கவில்லை

கதறிக் கையசைத்து
அழைத்துச் செல்லும்படி கெஞ்சி யாசித்தாய்
முதலில் உடன் வந்தாய்
பிறகு பின்னால் வருவதாய்ச் சொன்னாய்
வெகுதூரம் கடந்து திரும்பிப் பார்த்தால்
புள்ளியாய் நின்ற இடத்திலேயே நிற்கிறாய்

இருந்துகொள்
உனக்கு வசதியான இடத்திலேயே
இருந்துகொள்

வழி சரியானதில்லை என்றோ
அழைத்துச் செல்லவில்லை என்றோ
புகாரும் சொல்லிக்கொள்
போ.

25–05–16

இங்கே நான்

உன் ஆசைகள் கொஞ்சம்தான்
எதையும் என்னால் நிறைவாக்க முடியவில்லை
ஒன்றை நீ தயக்கத்தோடு வெளியிடும்போது
சட்டென எனக்குள் பயமேறிக்கொள்கிறது
கல்லாறு முள்ளாறு நீராறு நெருப்பாறு
கடந்துபோக வேண்டும் போலப் பெரும் மலைப்பு

உன் தேவைகள் கொஞ்சம்தான்
அவற்றை அறிந்தும் அறியாதது போல இருந்துகொள்கிறேன்
ஒன்றை நீ மறைமுகமாகத் தெரிவிக்கும்போது
உள்ளுக்குள் பதறிப்போகிறேன்
விடுகணக்கு ஒன்றின் சிடுக்குக்குள் மாட்டி
வெளிவரவே இயலாமல் மூழ்கிப்போகும் மூச்சடைப்பு

இங்கே நான்
கையாலாகாதவன்.

02 — 06 — 16

எனக்குப் பிடிக்காத நாய்கள்

இந்த நாய்களை எனக்குப் பிடிக்கவில்லை
எங்கோ மறைவில் ஒளிந்திருக்கும் இவை
தன்பாட்டுக்குப் போவோரை நோக்கித்
திடுமெனக் குரைத்து அச்சுறுத்துகின்றன

சாக்கடை ஓரக் குழியில் சுருண்டிருக்கும் இவை
வழிப்போக்கரைக் கண்டு
படுத்தபடியே பல்கெஞ்சி அனத்தல் குரலில்
விரட்டுகின்றன

பாயப்போவது போலச் சிலரிடம் பாவனை காட்டுகின்றன
கடிக்க வருவது போலச் சிலரை ஓட்டி அடிக்கின்றன
வாலிடுக்கிக் குறி மறைத்தோடும்
ஒரே ஒரு பெட்டையை
இருபது சேர்ந்து புணரத் துடிக்கின்றன

வீட்டுச் சுவருக்குள் சுற்றிச் சுற்றிக் கத்துகின்றன
ஏதும் இயலாமல் ஊளையிட்டுச் சபிக்கின்றன
சங்கிலிக்குள் அடங்கி வட்டமிட்டு நிற்கின்றன

எச்சில் சோற்றுக்கும் எலும்புத் துண்டுகளுக்கும்
சலவாய் ஒழுக்குகின்றன
வால் குழைத்து உடல் முறுக்கி விசுவாசம் காட்டுகின்றன
தின்று கக்கி
கக்கித் தின்று இரை எடுக்கின்றன
சொறிப் பிடித்து அலைகின்றன
சந்ததி பெருக்கித் திரிகின்றன

இந்த நாய்களை எனக்குப் பிடிக்கவில்லை
காட்டுவாசியாகவே இருந்து தொலைத்திருக்கலாம் இவை.

(சுந்தர ராமசாமிக்கு)

02 — 06 — 16

பெருமாள்முருகன்

பன்றியே பன்றியே

அவசரப்படாதே
பின் தொடராதே
புகார் கூறாதே

கால்களுக்குள் வந்து விழுந்து
வாரிவிட்டாயானால்
உனக்கு வேண்டியது எப்படிக் கிடைக்கும்?
எப்போது குந்துவேன் என்று பார்த்துச்
சட்டெனப் பின்னால் வந்து புகுந்தால்
போதுமான அளவு வருமா?

எப்படியும் என்னிடமிருந்துதானே கிடைக்க வேண்டும்
சற்றே பொறு
ஒழுகும் சலவாய் துடைத்து
மனதைக் கட்டுப்படுத்திக்கொள்
கண்களையும் மூடிக்கொள்

இப்போது வா
விட்டுவைத்திருப்பதை
லபக் லபக் என்று எடுத்து விழுங்கு

கவலைப்படாதே
உனக்கு வேண்டியதை
உனக்குரியதை
மறுக்கப்போவதில்லை
நாளைக்கும் தருவேன்
தொந்தரவு தராமல் காத்திரு.

03 – 06 – 16

●

வெறும் கைகள்

கண்ணே
நீ நடக்கும் தடத்தில்
பட்டுக் கம்பளம் விரிக்கவும்
மலர்ப் படுக்கை அமைக்கவும்
எனக்கு ஆசை

என்னிடம் இருப்பவையோ
கைகள்
வெறும் கைகள்
எனவே
கற்களை ஒதுக்கியும்
முட்களைப் பொறுக்கியும்
நகர்கிறேன் முன்னால்

06 – 06 – 16

●

இரண்டு தப்படி

கண்ணே
உன்னுடன் நான் வரப்போவது
இன்னும் இரண்டே இரண்டு தப்படிதான்
ஒரு தப்படிக்குள்
முதலைகள் வாய் திறக்கும் நீர்ச்சுழல்
இன்னொன்றுக்குள்
பாதாளம் செல்லும் பள்ளம்
ஆகாயம் பார்த்துக்கொண்டு வா
அதன்பின் உன்பாட்டுக்குப் போ.

06 – 06 – 16

●

வெட்ட வெளி

வெட்ட வெளியில் பிறந்தேன்
வெட்ட வெளியில் தவழ்ந்தேன்
வெட்ட வெளியில் நடந்தேன்
வெட்ட வெளியில் ஓடினேன்
வெட்ட வெளியில் திரிந்தேன்
வெட்ட வெளியில் உண்டேன்
வெட்ட வெளியில் கழித்தேன்
வெட்ட வெளியில் பறந்தேன்
வெட்ட வெளியில் புணர்ந்தேன்

வெட்டவெளி
சுருங்கிக்
குறுகிக்
கூண்டானது எப்போது
கூண்டின் கைப்பிடி
யார் விரல் நுனியில்?

19 — 04 — 16

தடித்தோல் எருமை

இத்தனை வருச வாழ்வுச் சலிப்பில்
தடித்தோல் எருமை
காலுக்குள் தலை மாட்டிச்
சுருண்டு கிடக்கிறது

காலையிளம் வெயில் பொழுது
மேலேறி உட்கார்ந்து
குருவிகள் கொத்தித் தருகின்றன
சுகமோ சுகம்
சொறி சுகம்

பின் கையகலக் கொசுவொன்று வந்தமர்கிறது
நுண்ணூசி செருகிச் செருகி உடலெங்கும் ஊர்கிறது
ஈக்கள் சில சூழ்ந்து
நாசிக்குள்ளும் செவியிலும் நுழைகின்றன
இடுங்கிய வால் பிரித்து
மெல்லச் சுழற்றுகிறது எருமை
பின் மீண்டும் சோம்பல்

அந்தப் பக்கம் வழி தவறி வந்த நரி
கல்லெடுத்துப் போடுகிறது
அசைவில்லை
ஓடோடிப் போய்ப் பிணமென்று அறிவித்துக்
கூட்டத்தைக் கூட்டி வருகிறது

சுற்றிச் சூழ்கிறது நரிக்கூட்டம்
பல்லிளித்து வரும் கூட்டத்தை
அரைக்கண்ணால் கண்டு
வால் தூக்கி
உடல் உதறிக்
கொம்பசைத்துத்
துள்ளி
எழுகிறது எருமை.

28 — 05 — 16

கால் வலி

மாயத் துரத்தலுக்கு அஞ்சித்
திடுமெனக் கிளம்ப வேண்டியிருந்த நாளில்
அந்தப் புராதன ரயிலில்
அவ்வூரிலிருந்து இவ்வூர் வரை
ஐந்து மணி நேரமும்
நின்றுகொண்டே வந்தான்
என்னருமை மகன்

இப்படியொரு பயணத்தை
இதுவரைக்கும் அறியாதவன் அவன்
சிரமத்தின் சாயை படியாத யுவமுகம்
கால்களுக்கிடையே இடம் பிடித்துச்
சற்றே உட்காரச் சொன்னேன்

அவனுக்கு வெட்கம்
எனக்குத் துக்கம்

இடுக்கொன்றில் குந்தி வந்தபோதும்
என் கால் வலி
இன்னும் தீரவில்லை.

10 — 06 — 16

சாபம்

உன் கால்கள் ஒடிய வேண்டும்
வலக்கால் சிதறி நொறுங்கட்டும்
இடக்கால் ஒட்டவைக்க முடியாதபடி தொங்கட்டும்
முடம் என்றால் என்னவென்று அறி

உன் கைகள் கழன்று விழ வேண்டும்
விரல்கள் உப்பி வெடிக்கட்டும்
புழுக்கள் குடைந்து குடைந்து உள்ளேகட்டும்
எழுத்து என்றால் என்னவென்று அறி

உன் கண்கள் குருடாக வேண்டும்
உதவிக்குக் கை தேடி அலைவாய்
எதையும் தடவித் தடவி அழுவாய்
பார்வை என்றால் என்னவென்று அறி

உன் நாக்கை அறுத்தெறிய வேண்டும்
வெற்று ஒலியெழுப்பி ஊளையிடுவாய்
மரத்துப்போய்ப் பிணமென உண்பாய்
சொல் என்றால் என்னவென்று அறி

உனக்குச்
சொன்னாலும் புரியாது
கண்டாலும் விளங்காது.

11 – 06 – 16

●

என் குரல்

மாயவிரல் அழுத்தி
என் தொண்டை கட்டிக்
குரல் அடைத்துக்கொண்டது

உடனே எங்கெங்கிருந்தோ
என் குரலில் பேசினீர்கள்
எனக்காகக் குரல் கொடுத்தீர்கள்
ஓங்கிக் குரலை உயர்த்தினீர்கள்
தலைநகர்களில் என் குரல்
மாநகரங்களில் என் குரல்
நெடுஞ்சாலைகளில் என் குரல்
பெருந்தெருக்களில் என் குரல்
அரங்குகளில் மாநாடுகளில் என் குரல
பத்திரிகைகளில் என் குரல்
தொலைக்காட்சி விவாதங்களில் என் குரல்
வெகு வெகு தொலைவிலிருந்து என் குரல்

எனது சிறுநகரில்
என் சிற்றூரில்
என் குறுக்குச் சந்தில்
என் வீட்டு முற்றத்தில்
என் குரல்
இல்லவே இல்லை.

11 — 06 — 16

எதற்காக இதையெல்லாம் செய்கிறீர்கள்

எதற்காக இதையெல்லாம் செய்கிறீர்கள்

சாதியைச் சொல்லி ஒருவரைத் திட்டுகிறீர்கள்
சாதியைச் சொல்லித் திட்ட ஒருவரைத் தூண்டுகிறீர்கள்
சாதியைச் சொல்லி ஒருவரை நெருங்குகிறீர்கள்
சாதியைச் சொல்லி ஒருவரை விலக்குகிறீர்கள்

எதற்காக இதையெல்லாம் செய்கிறீர்கள்

சாதியைச் சொல்லி ஒருவரைக் கெட்டவன் ஆக்குகிறீர்கள்
சாதியைச் சொல்லி ஒருவரை நல்லவன் என்கிறீர்கள்
சாதியைச் சொல்லி ஒருவரின் உயிரைக் காக்கிறீர்கள்
சாதியைச் சொல்லி ஒருவரின் உயிரை எடுக்கிறீர்கள்

எதற்காக இதையெல்லாம் செய்கிறீர்கள்

சாதியைச் சொல்லிப் பெருங்கூட்டம் திரட்டுகிறீர்கள்
சாதியைச் சொல்லிப் பெருங்கூட்டத்தைக் கலைக்கிறீர்கள்
சாதியைச் சொல்லி ஒருவரை விரும்புகிறீர்கள்
சாதியைச் சொல்லி ஒருவரை வெறுக்கிறீர்கள்

எதற்காக இதையெல்லாம் செய்கிறீர்கள்

சாதியைச் சொல்லிப் புத்தகம் எழுதுகிறீர்கள்
சாதியைச் சொல்லிப் புத்தகம் எரிக்கிறீர்கள்
சாதியைச் சொல்லிக் கதைகள் கட்டுகிறீர்கள்
சாதியைச் சொல்லிக் கதைகளை எதிர்க்கிறீர்கள்

எதற்காக இதையெல்லாம் செய்கிறீர்கள்

சாதியைச் சொல்லிப் பணம் சம்பாதிக்கிறீர்கள்
சாதியைச் சொல்லிப் பணத்தை இழக்கிறீர்கள்
சாதியைச் சொல்லிப் பதவி அடைகிறீர்கள்
சாதியைச் சொல்லிப் பதவியைப் பறிக்கிறீர்கள்

எதற்காக இதையெல்லாம் செய்கிறீர்கள்

சாதியைச் சொல்லி அடையாளப்படுகிறீர்கள்
சாதியைச் சொல்லி அடையாளத்தை அழிக்கிறீர்கள்
சாதியைச் சொல்லி அதிகாரம் செய்கிறீர்கள்
சாதியைச் சொல்லி அதிகாரத்திற்கு அடிபணிகிறீர்கள்

எதற்காக இதையெல்லாம் செய்கிறீர்கள்

விலங்கு பூட்டிய மனம் சுமந்து திரிகிறீர்கள்
எந்தக் காலத்தில் அதை அறிவீர்கள்.

11 – 06 – 16

●

இருப்பவை போதும்

இப்போதெல்லாம்
அடிக்கடி தோன்றுவது இதுதான்:
இருப்பவை போதும்

என் நூலகத்திலேயே அடுக்கிக் கிடக்கும்
பேரிலக்கியங்கள்
இலக்கணங்கள்
கோட்பாடுகள்
ஆய்வுகள்
இவை போதாதா

வாசிக்கவும் கற்கவும்
நொடி நேர ஆயுள்தான்

அதிலும்
இழுத்துச் செல்லும் எறும்புகள்
முக்கால்வாசி நேரத்தைப்
பங்கிட்டுக்கொள்கின்றன

போதும்
இருப்பவை போதும்

எனினும்
இந்தக் காலத்தின்
ஒற்றைச் சொல் வந்து
சுரீரெனக் கடிக்கும்போது
துள்ளிக் குதிக்கத்தான் செய்கிறேன்.

11 — 06 — 16

யாரும் இல்லை

தனிமை
நெருக்கி அணைத்துக்கொண்ட நாள்

சோம்பல்
விழித்தபடி படுத்துக் கிடந்தது

உணவு
இரட்டைப் பழங்களில் அடங்கிற்று
பொழுது
மௌனம் சுகித்து ஓடிற்று
யாரும் இல்லை
யாரும் வரவில்லை
யாரும் பேசவில்லை

யாரும் இல்லாமல் இருப்பதே
இன்பம்.

14—06—16

இதுவே போதும்

ராட்சசக் கை போல
வாகனம் வந்து நின்றது

விழுந்து கும்பிட்டனர்
குனிந்து வணங்கினர்
எழுந்து ஒதுங்கினர்
கூனி ஒடுங்கினர்
குறுகிச் சிறுத்தனர்

காலத்திற்கும் இதுதான் வேண்டும்
காலத்திற்கும் இதுவே போதும்
இவர்களுக்கு.

14 — 06 — 16

உன்னோடு எனக்கு

உன் வசிப்பிடம்
நாறும் சிறுகுழி
மாயச் சங்கிலியின் இழுப்புணராது
குழிக்குள் சுருண்டு சுருண்டு படுத்திருக்கிறாய்
பசி வேளையில் எச்சில் ஒழுக்குகிறாய்
எட்டும் தட்டில் பழையதும் நைந்ததும்
பீளைக் கண்களோடு நக்கிக் குடிக்கிறாய்
மீண்டும் சுருள்கிறாய்

என்றைக்காவது கொஞ்சம் எலும்புத் துண்டு
விசுவாசம் காட்ட அன்றைக்கெல்லாம்
உடலை நெளித்தபடியே இருக்கிறாய்
அவ்வப்போது
ஆளைக் காட்டிக் கொடுக்கும் குரைப்பு
நன்றி முனகல்

உன்னோடு
எனக்கு ஒரு பேச்சுமில்லை.

16 — 06 — 16

அழைப்பு

கயிறு பற்றி இழுத்தல் கஷ்டம் என்று
தழை கொடுக்க அழைக்கும் குரலில்
கூவியபடி முன்னால் ஓடுகிறான் மேய்ப்பன்
தழை கிடைக்கும் நினைப்பில்
குரல் பிடித்துத் தாவி ஓடுகிறதே ஆடு
கானலில்.

17 — 06 — 16

வேறொன்றுமில்லை

ஆடுகள் ஓடுகின்றன என்று
சுற்றி நிற்கிறார்கள் மேய்ப்பர்கள்
வேறொன்றுமில்லை
ஆடுகளுக்குத் தாகம்.

18 – 06 – 16

மேய்ப்பன்

அண்ணாந்தாள் போட்ட ஆடுகள்
அஞ்சிக் குனிந்து வரப்புறக்களை மேய்கின்றன
மேய்ப்பன் நிழலில் இருக்கிறான்
வரப்பைக் கடந்தால் பசுஞ்சுடர்

மீற நினைக்கும் ஆட்டை எச்சரிக்கக்
குரலை அனுப்புகிறான் மேய்ப்பன்
மீற முயலும் ஆட்டைத் திருப்பக்
கல்லெறிகிறான் மேய்ப்பன்
மீறும் ஆட்டை நோக்கி
மிலாறால் விளாசுகிறான் மேய்ப்பன்

மீறலைத் தொடரும் ஆட்டை மிரட்டக்
கயிற்றால் கட்டுகிறான் மேய்ப்பன்
கயிற்றை இழுத்து அறுக்கும் ஆட்டைப்
பட்டியில் அடைத்துக் கழிசலைப் போடுகிறான் மேய்ப்பன்
பட்டிக்குள் சுழன்று கதறும் ஆட்டைக்
கண்காணிக்கும் காவலுக்கு
நாயை அமர்த்துகிறான் மேய்ப்பன்
பட்டியைத் தூர்த்து எகிறும் ஆட்டைக்
கசாப்புக் கடைக்கு அனுப்பிவைக்கிறான் மேய்ப்பன்
ஆடுகள் மாறுவதில்லை
மேய்ப்பனும் மாறுவதேயில்லை

17 – 06 – 16

●

குட்டிகள்

பூங்குட்டியைக்
கொடாப்பில் அடைத்துவிட்டு
ஆட்டை மேய்ச்சலுக்கு விரட்டுகிறான் மேய்ப்பன்
குட்டிக்கு ஒன்றும் தெரிவதில்லை
பசியைத் தவிர.

18 — 06 — 16

போட்டி

அறிவிப்பு
விளம்பரம் விண்ணப்பம்
நூறாயிரம் நூறாயிரம் பேர்
தேர்வு
நேர்முகத் தேர்வு
ஆளைப் பிடி
பணம் கொடு பேரம் பேசு

ஆடு மேய்க்கும் வேலைக்குப்
போட்டியோ போட்டி.

18 — 06 — 16

இரக்கம் இன்னும் வாழ்கிறது

பசுந்தீனி
புதரூடே தனிவளை
இரவுபகல் நடமாட்டம்
ஊர்ந்தேகத் தடம்

எல்லாம் கலைந்து
பொறியில் மாட்டிற்று எலி

இரக்கம் இன்னும் வாழ்கிறது

குத்தூசியால் கொல்லவோ
வெந்நீர் ஊற்றிச் சாகடிக்கவோ
தண்ணீருக்குள் முக்கவோ
சிந்தை துணியாத கரங்கள்
பொறி தூக்கிப் போய்ப்
பொட்டல் வெளியில் திறந்தன

திறப்பையே உணராத எலி
தாமதித்து வெளியோடிற்று
பரந்த வெளி
பொட்டல் மைதானம்
இறுகிய மண்
கடும் வெயில்

காக்கைகளின் இறக்கை நிழல் விழும்
இடம் பார்த்துப் பார்த்து
எலி ஓடுகிறது.

19 – 06 – 16

வாய்த்தல்

மகிழ்வின் நொடி கழிவதற்குள்
துக்கத்தின் நொடி பற்றிக்கொள்கிறது

எதையும் முழுதாய் உணர
வாய்ப்பதேயில்லை.

19 – 06 – 16

●

போர்க்களம்

வீச வாளில்லை
வேலில்லை
எய்ய அம்பில்லை

ஏவ யானையில்லை
குதிரையில்லை
ஏக வீரரில்லை

ராச்சியமும் இல்லை
எதிரிகளும் இல்லை

எனினும்
படை திரட்டிக்
கருவியேந்திக்
கவசம் அணிந்து
வியூகம் வகுத்து
வீட்டிலிருந்து கிளம்பிப்
போர்க்களம் போகிறேன்
அன்றாடம்.

20 — 06 — 16

ஒருமுறை மறுமுறை

ஒருமுறை
மலர்க்குவியலைக் கொட்டி
மூர்ச்சையாக்கப் பார்க்கிறாய்
மறுமுறை
மலக் கூடையைக் கவிழ்த்து
மூழ்கடிக்க முயல்கிறாய்

யாதும் தீண்டாப் பெருவெளியில்
நான்.

22 – 06 – 16

●

பூ

பெருவெடிப்புக்குப் பின்
ஒரு பூ மலர்கிறது

சுவர்மணம்
நறுந்தோற்றம்
மின்பொலிவு

எல்லாவற்றையும்
எடுத்து நிறுத்திவிடும்
பூ.

22 – 06 – 16

●

பழகிய நாய்

பழகிய நாய்க்கு வெறி பிடித்துவிட்டது

வாலைக் குழைத்து நன்றி சொன்ன நாய்
உடலை முறுக்கி என் காலில் உரசி
பிரியம் உணர்த்திய நாய்
செவ்விலை நாக்கால் என் கை நக்கி
விசுவாசம் காட்டிய நாய்

பழகிய நாய்க்கு வெறி பிடித்துவிட்டது

காவல் காத்து வீட்டையே சுற்றிவந்த நாய்
வெளியேகும்போது
தெருவரை வந்து வழியனுப்பி நோக்கும் நாய்
திரும்புகையில்
வழி பார்த்திருந்து பாய்ந்து வந்து மேலேறும் நாய்

பழகிய நாய்க்கு வெறி பிடித்துவிட்டது

உண்ணும் நேரத்தில்
கழிவுகளைத் தின்னக் காத்துக் கிடக்கும் நாய்
ஒருவேளைப் பழைய சோற்றுக்கு
உயிரைப் பணயமாக்கும் நாய்
வாந்தி எடுத்துவைத்தாலும்
நக்கித் தின்று சுத்தமாக்கும் நாய்

பழகிய நாய்க்கு வெறி பிடித்துவிட்டது

எல்லை உணர்ந்து எட்டி நிற்கும் நாய்
எதிரியை அறிந்து
பல் காட்டிக் குரைத்துத் துரத்தும் நாய்
குறிப்புணர்ந்து தாவி
வேட்டை கவ்வி வரும் நாய்

பழகிய நாய்க்கு வெறி பிடித்துவிட்டது

பார்வைக்குத் தப்பி ஓடுகிறேன்
கையில் கருவியோடு
அடித்துக் கொல்லத் தருணம் பார்த்து
ஒளிந்திருக்கிறேன்.

26 — 06 — 16

●

எதை இழந்தேன் நான்

கூரை முகட்டை வெறித்து
முழுநாளைக் கடக்கிறேன்
வெறுமை வெளி விரிந்து
அமிழ்த்தக் கிடக்கிறேன்

அப்படி
எதை இழந்தேன் நான்

மகா சக்கரவர்த்தியின் மகுடத்தைத்
தலைமேல் புனைந்துகொண்டிருந்தேனா
ஆயிரமாயிரம் அடிமைகளின் தலைமேல்
கால் பதித்து நின்றிருந்தேனா

மகுடம் தரிப்பது உவப்பா
அடிமையை ஆள்வது மகிழ்வா

அப்புறம்
எதை இழந்தேன் நான்

மயக்கும் பூஞ்சொற்களில்
வண்டென வீழ்ந்து கிடந்தேனா
துதிக்கும் மென்குரல்களில்
சிக்குண்டு ஆழ்ந்து போயிருந்தேனா

புகழ்மொழியா என் தேவை
துதிபாடலா என் விருப்பம்

வேறு
எதை இழந்தேன் நான்

எதை இழந்தாலும்
என்னை இழக்காமல்
இருப்பவன்தானே நான்.

04 — 07 — 16

தீர்ப்பு நாள்

கடவுளின் வாயிலிருந்து
புறப்படப்போகும்
வார்த்தைக்காய்ப்
பதற்றத்தோடு காத்திருக்கிறேன்

கடவுள் மொழியில்
எல்லாச் சொற்களும்
நல்லவைதானே.

05 – 07 – 16

தலைப்பகராதி

(கவிதையும் பக்க எண்ணும்)

அடையாளம் 96
அது சொல்லும் 78
அந்தர நாக்குகள் 204
அந்தி 170
அம்மையீர் ஐயன்மீர் 203
அவசரமில்லை 130
அவரவர் 109
அவர்கள் உழைக்கிறார்கள் 67
அவனறிந்த ரகசியங்கள் 212
அழிரப்பர் 69
அழுகல் 168
அழைப்பு 232
அறுந்த கால் 163
அற்பச் சிறுவண்டு 56
அற்பப் புழு 186
அற்பப் புற்கள் 72
அனைவருக்கும் 161
அன்றாடம் 174
ஆகுதல் 117
ஆக்கிரமிப்பு 55
ஆக்கும் பெருநடனம் 58
ஆசுவாசம் 193
ஆம் அது 73
ஆயிரமாயிரம் 21
இங்கே 97
இங்கே நான் 217
இதில்தான் 52
இது அவர்களின் காலம் 130
இதுதான் உங்கள் பிரச்சினை 196
இதுவே போதும் 230
இதை என்ன செய்யலாம் 70
இப்போது திருப்தியா ? 211
இரக்கம் இன்னும் வாழ்கிறது 237
இரண்டு தப்படி 220
இருந்துகொள் 216
இருப்பவை போதும் 228
இருமுறை மும்முறை 151
இருள் 171
இறந்தவனைப் பற்றி 213
இறந்தவன் பேசுகிறான் 214
இறுதித் தலை 77
இனி 168
இன்றுமுதல் 76
உங்கள் ஆள்தான் 100
உருமாற்றம் 148
உள்ளே இல்லையா ? 162
உன் அறை 155
உன்னோடு எனக்கு 231
ஊளையொலி 84
எதற்காக இதையெல்லாம்
செய்கிறீர்கள் 226
எதுவுமே கற்றுக்கொள்ளவில்லை 88
எதை இழந்தேன் நான் 242
எத்தனை எத்தனை 104
எந்த விரல் 167
எலிதான் 35
எல்லாம் அறியச் செய்தாய் 116
எல்லாம் போதும் 48
எல்லாவற்றிலும் 139
எளிய காரியம் 94
எனக்குப் பிடிக்காத நாய்கள் 218
எனது நாள் 171
என் குரல் 225
என் மொழி 190

கோழையின் பாடல்கள் 245

என்ன செய்ய முடியும்	112	கோப்பைகள்	159
ஐம்பது வருடச் சொந்தம்	198	கோழைத்தனம்	44
ஒரு கவிதை கொண்டு	29	கோழையின் பயம்	182
ஒருசேர	147	கோழையின் பாடல்	50
ஒருமுறை மறுமுறை	240	சக இருக்கைக்காரர்	197
ஒரே ஒரு கோரிக்கை வைக்கலாமா ?	114	சரணாகதி	31
		சரியான வழி	201
ஒரே ஒரு நாள்	106	சர்வரோக நிவாரணி	200
ஒரே பதில்	92	சர்வாங்கச் சவரம்	61
ஒலிக்குறிப்பு	49	சாபம் 224	
ஒழுக்கம்தான் முக்கியம்	71	சிலந்தியின் இலக்கு	62
ஒற்றை விறகு	140	சிறுபிசிறு	188
ஒற்றைச் சொல்	187	சுவடுகள்	53
கசப்பு 95		சொந்த ஊர்	178
கசாப்புக்காரன்	80	சொந்த மண் 1	176
கடல் அமைதி	79	சொந்த மண் 2	177
கண்காட்சிப் பொருள்	38	சொந்த வீடு	33
கண்டுபிடிப்புகள்	128	சொல் 150	
கண்ணீரைச் சந்தித்தல்	209	தகசெய்தி	26
கயிறுறந்த ஜீவன்	108	தடித்தோல் எருமை	222
கல்லெனக் கனக்கும் தலை	191	தரிசனம்	23
கவிப்பொருள்	90	தலையற்ற மனிதர்கள்	40
கனவில்	125	தாகம் 172	
காக்கைக் குஞ்சு	36	தாளவில்லை	166
காட்சி 173		திரும்பிப் பார்த்தல்	184
கார்காலமும் பிடித்திருக்கிறது	110	தீராக் கிடங்கு	52
காலமே	168	தீர்ப்பு நாள்	243
கால் வலி	223	துணை 143	
காவல் 66		தெம்பில்லை	165
குட்டிகள்	235	தெய்வ மொழி	37
குறி பார்த்தல்	118	தெளிவு 106	
கூட்டம்	179	தொட்டாற்சிணுங்கி	30
கேள்வி பதில்	138	தொந்தரவின் துளி	25
கையுள்ளோர்	39	நத்தை ஓடுகள்	42
கொஞ்சமே கொஞ்சம்	194	நத்தைகள்	59
கொஞ்சம் பழைய நாட்டுக்கோழி	207	நாகரிகவான்	68
கொதி 181		நாட்களின் பெயர்கள்	27
கொலைக்கூடம்	102	நாட்காட்டி	153

நான் பேசவில்லை	127	மழை பெய்கிறது	208
நிறைவான மரணம்	137	மனத்தை எழுப்புதல்	164
பல்லாங்குழி	60	மாய விரல்	215
பழைய நாய்	241	மின்நெருப்பு	46
பழைய கணக்குகள்	74	முகமற்றவர்கள்	134
பழைய ஞாபகம்	43	முகம் காட்டு	64
பளிச்சென விடியும்	206	முடிவு 126	
பன்றிகளைப் பற்றி எனக்கும் தெரியும்	132	மூக்கைப் பொத்துதல்	160
பன்றியே பன்றியே	219	மூச்சுப் பயிற்சி	82
பாக்கியம்	41	மேகம் அருவி	105
பாவாயி	101	மேய்ப்பன்	234
பிசாசு என்றே எனக்குத் தெரியாது	45	யாசகம்	115
		யாரும் இல்லை	229
பிரார்த்தனை	149	யோக்கியம்	93
பிரிவின் கரையில்	158	வடிகட்டி	47
புகார்களின் நெரிசல்	192	வந்த வழி	156
புதிய கதவுகள்	136	வந்தாரை வாழ வைக்கும் ஊர்	199
புதிய வீடு	34	வருகை	66
புதுமொழி	136	வன போஜனம் 1	119
பூ	240	வன போஜனம் 2	120
பூங்குயில்கள்	152	வன போஜனம் 3	121
பெயர்ச்சொற்களற்ற மொழி	28	வன போஜனம் 4	123
பெருங்குழந்தை	154	வன போஜனம் 5	124
பெருந்தன்மை	202	வாடகை வீடு	32
பெரும்பசி கொண்ட திருவோடு	210	வாய்த்தல்	238
பேசாமல் வா	86	வானம்	91
பேரோடை	22	விசித்திரங்கள்	144
போட்டி	236	விதியே	166
போதல்	169	விநோத மிருகம்	24
போர்	107	விரட்டாதீர்கள்	131
போர்க்களம்	239	வீட்டுள்	180
போனவர்கள்	169	வெட்ட வெளி	221
மகான்கள்	107	வெள்ளைக் காக்கை	98
மகுடம்	157	வெறும் கைகள்	220
மண்வெட்டி	54	வெறும்தாள்	142
மலர் விரிப்பு	189	வேறுவழி	105
		வேறொன்றுமில்லை	233

கோழையின் பாடல்கள்